# HVITI FISKINN ANNÁLL: KANNA DÆMI HVÍTA FISKINN



Frá sjó til borðs - 100 ljúffengar uppskriftir fyrir alhliða hvítfiskinn

**Júlía Hall**

# EFNISYFIRLIT _

## KYNNING

Velkomin í heim hvítfisksins! Í þessari matreiðslubók bjóðum við þér að fara í matreiðsluævintýri sem fagnar viðkvæmu og fjölhæfu eðli hvítfisks. Hvítur fiskur, þekktur fyrir mildan bragð og mjúkan áferð, er ástsælt hráefni í matargerð um allan heim. Þessi matreiðslubók er leiðarvísir þinn til að kanna fjölbreytta og yndislega möguleika hvítfisks í þínu eigin eldhúsi.

Hvítur fiskur, eins og þorskur, ýsa, lúða og tunga, bjóða upp á auðan striga fyrir sköpunargáfu í matreiðslu. Ljúft bragð þeirra og fíngerða áferð gera þá ótrúlega fjölhæfa, sem gerir þeim kleift að skína í ýmsum réttum. Í þessari matreiðslubók fögnum við fegurð hvítfisks og kynnum þér safn uppskrifta sem sýna náttúrulega bragðið og undirstrika aðlögunarhæfni hans í ýmsum matargerðum og matreiðslutækni.

Innan þessara síðna munt þú uppgötva fjársjóð af ljúffengum uppskriftum sem innihalda hvítan fisk sem stjörnuhráefnið. Frá klassískum fiski og franskum og huggulegum fiskréttum til glæsilegs sjávarréttapastas og bragðmikils fiskitaco, höfum við safnað saman safni sem spannar breitt úrval af bragðtegundum og matreiðsluhefðum. Hver uppskrift er hönnuð til að draga fram það besta í hvítum fiski og veita þér dýrindis og seðjandi máltíðir sem eru einfaldar í undirbúningi.

En þessi matreiðslubók er meira en bara samansafn af uppskriftum. Við leiðum þig í gegnum mismunandi tegundir af hvítfiski, gefum ráð um val á ferskustu flökum og deilum tækni til að elda hvítan fisk til fullkomnunar. Hvort sem þú ert vanur sjávarréttaunnandi eða nýr í því að nota hvítan fisk í máltíðirnar þínar, þá er markmið okkar að gera þér kleift að búa til rétti sem undirstrika viðkvæma bragðið og áferð þessa merka hráefnis.

Svo hvort sem þú ert að halda sjávarréttaveislu, leita að innblástur fyrir hollan kvöldmat á viku eða einfaldlega að leita að því að stækka matargerðarlistina þína, láttu "The White Fish Chronicles" vera leiðarvísir þinn. Vertu tilbúinn til að gæða þér á ljúffengum hvítfiski og farðu í bragðmikið ferðalag sem mun gleðja bragðlaukana þína og heilla gestina.

# Morgunmatur

## 1.Walleye Hash Browns

**HRÁEFNI:**

- 1 punda rjúpnaflök
- 2 meðalstórar Yukon kartöflur, afhýddar og saxaðar
- ½ bolli smátt saxaður rauðlaukur
- ¼ bolli þungur rjómi
- 2 matskeiðar alhliða hveiti
- 2 matskeiðar Dijon sinnep
- 2 matskeiðar rifinn parmesan
- 1 tsk canola olía
- 4 matskeiðar ósaltað smjör

**LEIÐBEININGAR:**

a) Forhitið grill.

b) Grillið flakið í 4 til 5 mínútur á hvorri hlið, þar til það er stíft og ógegnsætt. Látið kólna, flakið síðan flakið og setjið til hliðar.

c) Blandið flökunum, kartöflunum, lauknum, rjómanum, hveiti, sinnepi og parmesan varlega saman í stóra blöndunarskál.

d) Mótaðu massann á skurðbretti í stóran kex, passaðu að brjóta hann ekki í sundur. Það ætti að líkjast of stórri pönnuköku.

e) Hitið olíuna og 2 matskeiðar af smjörinu í stórri pönnu við meðalháan hita. Notaðu tvo spaða varlega og settu pattyinn í pönnuna. Steikið við meðalhita þar til brúnt, um 10 mínútur.

f) Snúðu kexinu varlega og dreifðu smjörinu sem eftir er af. Steikið í 10 mínútur lengur, eða þar til kartöflurnar eru fullbrúnar.

g) Skerið í fjóra báta og berið fram á meðan það er heitt.

## 2. Hugo's Breakfast Fiskikökur

HRÁEFNI:

- 400 g (14oz) hveitikartöflur , soðnar
- 300 g (11oz) þorskflök
- 225 ml (8fl oz) fullfeiti mjólk
- 1 skorin ræma af sítrónuberki
- 1 lárviðarlauf
- 40 g (1½oz) smjör
- 2 tsk ólífuolía
- 1 lítill laukur, smátt saxaður
- handfylli af steinselju
- 1 tsk ferskur sítrónusafi
- 25 g (1oz) venjulegt hveiti
- 1 stórt egg, þeytt
- 100 g (4oz) ferskt hvítt brauðrasp

LEIÐBEININGAR:

a) Setjið fiskinn, mjólkina, sítrónubörkinn, lárviðarlaufið og smá svartan pipar á pönnu.

b) Lokið, látið suðuna koma upp og látið malla í 4 mínútur eða þar til fiskurinn er nýbakaður.

c) Bræðið 15 g (½ oz) af smjörinu á meðalstórri pönnu, bætið 1 tsk af ólífuolíu og lauknum út í og eldið varlega í 6-7 mínútur, þar til það er mjúkt og hálfgagnsætt en ekki brúnt.

d) Bætið kartöflumúsinni út í og leyfið þeim að hitna í gegn; bætið svo fiskinum, steinseljunni, sítrónusafanum og 2 msk af rjúpnamjólkinni saman við og blandið vel saman.

e) Setjið eggið í grunnt fat og brauðrassið í annað.

f) Notaðu aðeins blautar hendur og mótaðu blönduna í hveitinu í átta fiskibollur um það bil 1 cm ($\frac{1}{2}$ tommu) þykkar. Dýfðu þeim í þeytta eggið og síðan brauðmylsnuna, settu á bökunarplötu og kældu í 1 klukkustund (eða betra yfir nótt) í ísskápnum.

g) Hitið afganginn af smjörinu og síðustu teskeiðina af olíu á pönnu þar til smjörið hefur bráðnað, bætið fiskibollunum út í og steikið þær síðan varlega í um 5 mínútur á hvorri hlið þar til þær eru gullnar.

## 3. Hvítur fiskur og spínat eggjakaka

**HRÁEFNI:**

- 2 hvítfiskflök
- 2 bollar ferskt spínat
- 4 egg
- 1/4 bolli mjólk
- Salt og pipar eftir smekk
- 2 matskeiðar ólífuolía

**LEIÐBEININGAR:**

a) Kryddið hvítfiskflökin með salti og pipar.
b) Hitið ólífuolíu yfir miðlungshita á pönnu sem ekki festist. Eldið fiskflökin þar til þau eru fullelduð, um 3-4 mínútur á hlið. Takið af pönnunni og setjið til hliðar.
c) Í sömu pönnu, bætið fersku spínatinu út í og eldið þar til það er visnað.
d) Þeytið eggin í skál með mjólk, salti og pipar.
e) Hellið eggjablöndunni í pönnuna yfir visnaða spínatið. Eldið þar til eggin eru stíf.
f) Setjið soðnu hvítfiskflökin á annan helming eggjakökunnar. Brjótið hinn helminginn yfir fiskinn.
g) Berið eggjakökuna fram heita með ristuðu brauði eða salati.

4. Hvítur fiskur morgunmat Tacos

**HRÁEFNI:**

- 2 hvítfiskflök
- 4 litlar tortillur
- 1 avókadó, skorið í sneiðar
- 1/4 bolli saxaðir tómatar
- 1/4 bolli saxaður laukur
- Fersk kóríanderlauf
- Lime bátar
- Salt og pipar eftir smekk

**LEIÐBEININGAR:**

a) Kryddið hvítfiskflökin með salti og pipar.

b) Hitið pönnu sem festist ekki við meðalhita. Eldið fiskflökin þar til þau eru fullelduð, um 3-4 mínútur á hlið. Takið af pönnunni og látið þær kólna aðeins.

c) Flögðu eldaða fiskinn í litla bita.

d) Hitið tortillurnar í þurrri pönnu eða örbylgjuofni.

e) Settu saman tacos með því að setja flögufiskinn á hverja tortillu. Toppið með sneiðum avókadó, saxuðum tómötum, lauk og ferskum kóríanderlaufum.

f) Kreistið limesafa yfir tacoið og stráið salti og pipar yfir.

g) Berið fram morgunmat taco strax.

5.Hvítfiskur og kryddjurtir

HRÁEFNI:

- 2 hvítfiskflök
- 4 egg
- 1/4 bolli mjólk
- 1 matskeið saxað ferskt dill
- 1 msk saxaður ferskur graslaukur
- Salt og pipar eftir smekk
- 2 matskeiðar smjör

LEIÐBEININGAR:

a) Kryddið hvítfiskflökin með salti og pipar.
b) Bræðið smjör á miðlungshita á pönnu sem ekki festist. Eldið fiskflökin þar til þau eru fulleldud, um 3-4 mínútur á hlið. Takið af pönnunni og setjið til hliðar.
c) Þeytið eggin í skál með mjólk, salti og pipar. Hrærið söxuðu dilli og graslauk saman við.
d) Í sömu pönnu, hellið eggjablöndunni og eldið, hrærið varlega, þar til eggin eru hrærð og soðin í æskilegri samkvæmni.
e) Flögðu eldaða fiskinn í litla bita og bætið þeim á pönnuna með hrærðu eggjunum. Hrærið til að blanda saman.
f) Berið fram hvíta fiskinn og kryddjurtirnar heitar, skreyttar með ferskum kryddjurtum til viðbótar ef vill.

## 6.Morgunverðarskál með hvítum fiski og kínóa

HRÁEFNI:

- 2 hvítfiskflök
- 1 bolli soðið kínóa
- 1/2 bolli kirsuberjatómatar, helmingaðir
- 1/4 bolli söxuð agúrka
- 2 matskeiðar saxuð fersk steinselja
- 1 matskeið sítrónusafi
- Salt og pipar eftir smekk
- 1 matskeið ólífuolía

LEIÐBEININGAR:

a) Kryddið hvítfiskflökin með salti og pipar.

b) Hitið ólífuolíu í non-stick pönnu yfir miðlungshita. Eldið fiskflökin þar til þau eru fullelduð, um 3-4 mínútur á hlið. Takið af pönnunni og látið þær kólna aðeins.

c) Flögðu eldaða fiskinn í litla bita.

d) Blandið saman soðnu kínóa, kirsuberjatómötum, saxaðri gúrku, saxaðri steinselju, sítrónusafa, salti og pipar í skál.

e) Bætið flögnum fiski við kínóablönduna og hrærið varlega til að blanda saman.

f) Skiptið hvítfisk- og kínóablöndunni í framreiðsluskálar.

g) Berið morgunverðarskálarnar fram heitar eða við stofuhita.

7. Reyktur hvítfiskur og rjómaostur-bagel

HRÁEFNI:

- 2 hvítfiskflök, reykt
- 2 beyglur, sneiddar og ristaðar
- 4 matskeiðar rjómaostur
- 2 matskeiðar kapers
- 2 matskeiðar niðurskorinn rauðlaukur
- Ferskir dillgreinar

LEIÐBEININGAR:

a) Flögðu reyktu hvítfiskflökin í litla bita.

b) Smyrjið rjómaosti á hvern ristað beygjuhelming.

c) Toppið rjómaostinn með flöguðum reyktum hvítfiski.

d) Stráið kapers og sneiðum rauðlauk yfir fiskinn.

e) Skreytið með ferskum dillgreinum.

f) Berið reyktan hvítfiskinn og rjómaostbeyglurnar fram strax.

8. Hvítfiskur og kartöfluhas

HRÁEFNI:

- 2 hvítfiskflök
- 2 bollar niðurskornar kartöflur
- 1/2 bolli hægeldaður laukur
- 1/2 bolli niðurskorin paprika
- 2 matskeiðar ólífuolía
- Salt og pipar eftir smekk
- 1/2 tsk paprika
- 1/4 tsk hvítlauksduft
- Fersk steinselja til skrauts

LEIÐBEININGAR:

a) Kryddið hvítfiskflökin með salti, pipar, papriku og hvítlauksdufti.
b) Hitið ólífuolíu yfir meðalhita í stórri pönnu. Bætið kartöflunum saman við og eldið þar til þær eru gullinbrúnar og stökkar, hrærið af og til.
c) Bætið sneiðum lauknum og paprikunni á pönnuna. Eldið þar til þær eru mjúkar.
d) Þrýstið kartöflublöndunni á aðra hliðina á pönnunni og bætið krydduðum fiskflökum á hina hliðina. Eldið fiskinn þar til hann er eldaður í gegn, um 3-4 mínútur á hlið.
e) Brjótið eldaða fiskinn í litla bita og blandið honum saman við kartöflukássið.
f) Skreytið með ferskri steinselju.
g) Berið hvítfiskinn og kartöflukássið fram heitt.

## 9.Hvítur fiskur morgunmatur Burrito

**HRÁEFNI:**

- 2 hvítfiskflök
- 4 stórar hveiti tortillur
- 4 egg
- 1/4 bolli mjólk
- 1/2 bolli rifinn cheddar ostur
- 1/4 bolli salsa
- Salt og pipar eftir smekk
- 2 matskeiðar ólífuolía

**LEIÐBEININGAR:**

a) Kryddið hvítfiskflökin með salti og pipar.

b) Hitið ólífuolíu í non-stick pönnu yfir miðlungshita. Eldið fiskflökin þar til þau eru fulleldað, um 3-4 mínútur á hlið. Takið af pönnunni og setjið til hliðar.

c) Þeytið eggin í skál með mjólk, salti og pipar.

d) Í sömu pönnu, hellið eggjablöndunni og eldið, hrærið varlega, þar til eggin eru hrærð og soðin í æskilegri samkvæmni.

e) Flögðu eldaða fiskinn í litla bita og bætið þeim á pönnuna með hrærðu eggjunum. Hrærið til að blanda saman.

f) Hitið hveititortillurnar í þurri pönnu eða örbylgjuofni.

g) Skiptið fisk- og eggjablöndunni á hverja tortillu. Toppið með rifnum cheddar osti og salsa.

h) Rúllið upp tortillunum til að mynda burritos.

i) Berið fram hvítfisk morgunmat burritos heitt.

## 10.Hvítur fiskur og avókadó ristað brauð

HRÁEFNI:

- 2 hvítfiskflök
- 4 sneiðar heilhveitibrauð, ristað
- 1 avókadó, maukað
- Safi úr 1/2 sítrónu
- Salt og pipar eftir smekk
- Rauð piparflögur (valfrjálst)
- Fersk kóríanderlauf til skrauts

LEIÐBEININGAR:

a) Kryddið hvítfiskflökin með salti og pipar.

b) Hitið pönnu sem festist ekki við meðalhita. Eldið fiskflökin þar til þau eru fulleldluð, um 3-4 mínútur á hlið. Takið af pönnunni og látið þær kólna aðeins.

c) Flögðu eldaða fiskinn í litla bita.

d) Blandaðu saman maukað avókadó, sítrónusafa, salti, pipar og rauðum piparflögum í skál (ef þú notar það).

e) Dreifið avókadóblöndunni jafnt á hverja ristuðu brauðsneið.

f) Toppaðu avókadó ristað brauð með flöguðum hvítfiskinum.

g) Skreytið með ferskum kóríanderlaufum.

h) Berið fram hvítfiskinn og avókadóbrauðið strax.

# 11. Hvítur fiskur og aspas Frittata

HRÁEFNI:

- 2 hvítfiskflök
- 8 aspasspjót, snyrt og skorin í 1 tommu bita
- 6 egg
- 1/4 bolli mjólk
- 1/4 bolli rifinn parmesanostur
- Salt og pipar eftir smekk
- 1 matskeið ólífuolía

LEIÐBEININGAR:

a) Kryddið hvítfiskflökin með salti og pipar.

b) Hitið ólífuolíu í ofnþolinni pönnu yfir miðlungshita. Eldið fiskflökin þar til þau eru fulleldluð, um 3-4 mínútur á hlið. Takið af pönnunni og setjið til hliðar.

c) Bætið aspasbitunum við á sömu pönnu og eldið þar til þeir eru mjúkir-stökkir.

d) Þeytið eggin í skál með mjólk, rifnum parmesanosti, salti og pipar.

e) Hellið eggjablöndunni yfir aspasinn á pönnunni. Eldið í 2-3 mínútur þar til brúnirnar eru stífnar.

f) Flögðu eldaða fiskinn í litla bita og dreifðu þeim jafnt yfir eggjablönduna.

g) Settu pönnuna yfir í forhitaðan ofn og steiktu í 3-4 mínútur þar til frittatan er stinn og gullin ofan á.

h) Takið úr ofninum og látið kólna aðeins áður en það er skorið í sneiðar.

i) Berið hvítfiskinn og aspas frittata fram heitan eða við stofuhita.

# FORréttir

## 12. Cornflake bakaðar fiskstangir

**HRÁEFNI:**

- 1 pund hvítfiskflök (eins og þorskur eða ýsa), skorin í strimla
- 2 bollar maísflögur, mulið
- ½ bolli alhliða hveiti
- 1 tsk paprika
- ½ tsk hvítlauksduft
- ½ tsk laukduft
- Salt og pipar eftir smekk
- 2 egg, þeytt
- Matreiðslusprey eða jurtaolía

**FYRIR ídýfasósunni:**

- ½ bolli majónesi
- 2 matskeiðar tómatsósa
- 1 msk sæt súrum gúrkum ísl
- ½ tsk sítrónusafi
- Salt og pipar eftir smekk

**LEIÐBEININGAR:**

a) Forhitaðu ofninn þinn í 425°F (220°C) og klæddu bökunarplötu með bökunarpappír eða smyrðu hana létt.

b) Blandið saman muldum kornflögum, hveiti, papriku, hvítlauksdufti, laukdufti, salti og pipar í grunnt fat.

c) Dýfðu hverri fiskræmu í þeyttu eggin, leyfðu umframmagn að leka af, þrýstu síðan fiskinum ofan í maísflögublönduna og hyldu hann vel á öllum hliðum.

d) Setjið húðuðu fiskræmurnar á tilbúna bökunarplötuna, skiptið þeim á milli.

e) Sprayðu fisklengjurnar létt með matreiðsluúða eða dreifðu þeim með smá jurtaolíu til að hjálpa þeim að verða stökkar í ofninum.

f) Bakið í forhituðum ofni í 12-15 mínútur, eða þar til fiskurinn er eldaður í gegn og hjúpurinn er gullinbrúnn og stökkur.

g) Á meðan fiskstangirnar eru að bakast, undirbúið ídýfusósuna með því að blanda majónesi, tómatsósu, sætu súrum gúrkum, sítrónusafa, salti og pipar saman í litla skál. Blandið vel saman.

h) Þegar fiskstangirnar eru tilbúnar skaltu taka þær úr ofninum og láta þær kólna í nokkrar mínútur.

i) Berið fram kornfleksbökuðu fiskstangirnar með ídýfingarsósunni til hliðar.

## 13. Hvítfiskakrókettur

HRÁEFNI:

- 2 hvítfiskflök, soðin og flöguð
- 1 bolli kartöflumús
- 1/4 bolli fínt saxaður laukur
- 1/4 bolli smátt skorin paprika
- 2 hvítlauksrif, söxuð
- 1/4 bolli söxuð fersk steinselja
- 1/4 tsk paprika
- Salt og pipar eftir smekk
- 1/2 bolli brauðrasp
- 2 egg, þeytt
- Jurtaolía til steikingar

LEIÐBEININGAR:

a) Í skál, blandið saman hvítum fiski, kartöflumús, saxaður laukur, söxuð paprika, hakkað hvítlauk, saxaða steinselju, papriku, salt og pipar. Blandið vel saman.

b) Mótaðu blönduna í litlar krókettur.

c) Dýfðu hverri krókettu í þeyttu eggin og rúllaðu henni síðan í brauðrasp til að hjúpa.

d) Hitið jurtaolíu á pönnu yfir miðlungshita. Steikið króketturnar þar til þær eru gullinbrúnar á öllum hliðum, um 2-3 mínútur á hlið.

e) Takið af pönnunni og látið renna af á pappírshandklæði.

f) Berið hvítfiskkróketturnar fram heitar sem forrétt.

14.Hvítfisksalat umbúðir

HRÁEFNI:

- 2 hvítfiskflök, soðin og flöguð
- 8 stór salatblöð (svo sem smjörsalat eða ísjaki)
- 1/2 bolli rifnar gulrætur
- 1/2 bolli niðurskorin agúrka
- 1/4 bolli saxaðar jarðhnetur
- 1/4 bolli hakkað ferskt kóríander
- 2 matskeiðar sojasósa
- 1 matskeið sesamolía
- 1 matskeið lime safi
- 1 matskeið hunang
- Salt og pipar eftir smekk

LEIÐBEININGAR:

a) Í skál, blandið saman flögðum hvítum fiski, rifnum gulrótum, sneiðum agúrku, saxuðum hnetum og saxuðu kóríander.

b) Í sérstakri skál, þeytið saman sojasósu, sesamolíu, limesafa, hunangi, salti og pipar.

c) Hellið dressingunni yfir fiskblönduna og blandið til að hjúpa.

d) Hellið fiskblöndunni ofan á salatblöðin.

e) Rúllið upp salatblöðunum til að mynda umbúðir.

f) Berið fram hvítfisksalatpappírinn sem hressandi forrétt.

# 15. Hvítur fiskur og avókadóbitar

HRÁEFNI:

- 2 hvítfiskflök, soðin og flöguð
- 1 þroskað avókadó, maukað
- 1 matskeið lime safi
- 1/4 tsk chili duft
- Salt og pipar eftir smekk
- Lítil phyllo bollar eða agúrkusneiðar

LEIÐBEININGAR:

a) Í skál, blandaðu saman hvítum fiski, maukað avókadó, lime safa, chilidufti, salti og pipar. Blandið vel saman.

b) Setjið fisk- og avókadóblönduna í litla phyllobolla eða á gúrkusneiðar.

c) Berið hvítfiskinn og avókadóbitana fram kalda.

## 16. Hvítur fiskur Bruschetta

HRÁEFNI:

- 2 hvítfiskflök, soðin og flöguð
- 1 bolli niðurskornir tómatar
- 1/4 bolli söxuð fersk basilíka
- 2 hvítlauksrif, söxuð
- 1 matskeið balsamik edik
- 1 matskeið ólífuolía
- Salt og pipar eftir smekk
- Baguette sneiðar, ristaðar

LEIÐBEININGAR:

a) Í skál, blandaðu flögðum hvítfiski, hægelduðum tómötum, saxaðri basilíku, söxuðum hvítlauk, balsamikediki, ólífuolíu, salti og pipar saman í skál. Blandið vel saman.

b) Hellið fisk- og tómatblöndunni á ristuðu baguette sneiðarnar.

c) Berið fram hvítfisk-bruschettuna sem forrétt.

17.Hvítur fiskur og kúrbítsbrauð

HRÁEFNI:

- 2 hvítfiskflök, soðin og flöguð
- 1 kúrbít, rifinn og umfram raki kreistur út
- 1/4 bolli fínt saxaður laukur
- 2 hvítlauksrif, söxuð
- 1/4 bolli saxað ferskt dill
- 1/4 bolli rifinn parmesanostur
- 2 egg, þeytt
- Salt og pipar eftir smekk
- Jurtaolía til steikingar

LEIÐBEININGAR:

a) Blandið saman í skál flöguðum hvítum fiski, rifnum kúrbít, saxuðum lauk, hakkaðri hvítlauk, hakkað dilli, rifnum parmesanosti, þeyttum eggjum, salti og pipar. Blandið vel saman.

b) Hitið jurtaolíu á pönnu yfir miðlungshita. Setjið skeiðar af fisk- og kúrbítsblöndunni í pönnuna og fletjið þær örlítið út með bakinu á skeið.

c) Steikið kökurnar þar til þær eru gullinbrúnar á báðum hliðum, um 2-3 mínútur á hlið.

d) Takið af pönnunni og látið renna af á pappírshandklæði.

e) Berið hvítfiskinn og kúrbítsbollurnar fram heitar sem bragðgóðan forrétt.

18.Hvítur fiskur sushi rúlla

**HRÁEFNI:**

- 2 hvít fiskflök, soðin og skorin í þunnar strimla
- Sushi hrísgrjón
- Nori þangblöð
- Niðurskorið avókadó
- Sneidd agúrka
- Sojasósa, til að dýfa í
- Wasabi og súrsuðu engifer, til framreiðslu

**LEIÐBEININGAR:**

a) Settu lak af nori þangi á bambus sushi mottu.

b) Dreifðu þunnu lagi af sushi hrísgrjónum yfir nori, skildu eftir um það bil tommu efst.

c) Raðið sneiðum af hvítum fiski, avókadó og gúrku í línu þvert yfir miðju hrísgrjónanna.

d) Rúllaðu sushiinu þétt upp með bambusmottunni og beittu léttum þrýstingi á meðan þú ferð.

e) Skerið sushi rúlluna í hæfilega stóra bita.

f) Endurtaktu með restinni af hráefninu.

g) Berið fram hvítfisksushirúllurnar með sojasósu, wasabi og súrsuðu engifer.

19. Hvítur fisktartar

HRÁEFNI:

- 2 hvítfiskflök, smátt skorin
- 1/4 bolli fínt saxaður rauðlaukur
- 1/4 bolli smátt skorin agúrka
- 1 msk kapers, tæmd og saxuð
- 1 matskeið saxað ferskt dill
- 1 matskeið sítrónusafi
- 1 matskeið ólífuolía
- Salt og pipar eftir smekk
- Crostini eða kex, til að bera fram

LEIÐBEININGAR:

a) Blandið saman í skál fínsaxaðan hvítfisk, saxaðan rauðlauk, saxaða gúrku, kapers, saxaða dill, sítrónusafa, ólífuolíu, salt og pipar. Blandið vel saman.

b) Látið hvítfisktartarinn marinerast í kæliskápnum í um 30 mínútur til að leyfa bragðinu að blandast saman.

c) Berið hvítfisktartarann fram kældan með crostini eða kex.

## 20.Hvítfiskspjót

HRÁEFNI:

- 2 hvít fiskflök, skorin í stóra teninga
- Kirsuberjatómatar
- Sítrónubátar
- Ólífuolía
- Salt og pipar eftir smekk
- Teini

LEIÐBEININGAR:

a) Forhitið grill eða grillpönnu við meðalháan hita.

b) Þræðið hvítfiskteningana, kirsuberjatómatana og sítrónubáta á teini og skiptið á um hráefnin.

c) Dreifið spjótunum með ólífuolíu og kryddið með salti og pipar.

d) Grillið teinarnir í um 2-3 mínútur á hlið þar til fiskurinn er eldaður í gegn og létt kulnaður.

e) Takið af grillinu og berið hvítfiskspjóturnar fram heita sem forrétt.

## 21.Hvítfiskdýfa

HRÁEFNI:

- 2 hvítfiskflök, soðin og flöguð
- 1/2 bolli majónesi
- 1/4 bolli sýrður rjómi
- 1 matskeið sítrónusafi
- 1/2 tsk Old Bay krydd
- 1/4 tsk hvítlauksduft
- Salt og pipar eftir smekk
- Úrvals kex eða brauðsneiðar, til framreiðslu

LEIÐBEININGAR:

a) Blandið saman í skál hvítfisknum, majónesi, sýrðum rjóma, sítrónusafa, Old Bay krydd, hvítlauksdufti, salti og pipar. Blandið vel saman.

b) Stillið kryddið eftir smekk.

c) Berið hvítfiskídýfuna fram kælda með ýmsum kexum eða brauðsneiðum.

# Ceviche

## 22.Habañero ceviche

**HRÁEFNI:**

- 6 Habanero; saxað fínt
- 1 pund Staður hvítur fiskur; teningur
- 1 laukur; gróft saxað
- $1\frac{1}{2}$ bolli lime safi
- $\frac{1}{2}$ bolli Olía

**LEIÐBEININGAR:**

a) Blandið öllu hráefninu saman og geymið í kæli í að minnsta kosti sex klukkustundir þar til fiskurinn missir gegnsæi og verður ógagnsær.

## 23. Ceviche Blanco Chingon

**HRÁEFNI:**

- 1 Jalapeño
- 1 búnt Cilantro
- 1 Habanero
- 3 Lime
- ½ Mangó
- ½ Rauðlaukur
- 1 klípa Salt
- 1 klípa pipar
- 1 klípa af sellerísalti
- 1 skeið af kókosmjólk
- 1 skeið af ólífuolíu
- 3 stór fiskflök skorin í teninga

**LEIÐBEININGAR:**

a) Saxið allt frábær fínt

b) Blandið saman

## 24.Ceviche Chingon

HRÁEFNI:

- 1 pund (450 g) fersk hvít fiskflök (eins og tilapia eða snapper), skorin í litla teninga
- 1 bolli ferskur lime safi
- 1 bolli niðurskornir tómatar
- 1/2 bolli niðurskorinn rauðlaukur
- 1/2 bolli hakkað ferskt kóríander
- 1 jalapeño pipar, fræhreinsaður og smátt saxaður
- 1 avókadó, skorið í teninga
- Salt og pipar eftir smekk
- Tortilla flögur eða tostadas, til að bera fram

LEIÐBEININGAR:

a) Setjið fiskbitana í glas eða keramikskál og hellið limesafanum yfir. Gakktu úr skugga um að allur fiskurinn sé á kafi í safanum. Látið marinerast í ísskápnum í um 20-30 mínútur, hrærið af og til, þar til fiskurinn verður ógagnsær og "eldaður" í limesafanum. Þetta ferli er kallað að „elda" fiskinn í sítrussafanum.

b) Á meðan fiskurinn er að marinerast, undirbúið restina af hráefninu. Skerið niður tómatana, rauðlaukinn, jalapeño piparinn og avókadóið. Saxið kóríander.

c) Hellið umfram limesafa af fiskinum. Þú getur þrýst fiskinum varlega upp að sigti eða sigti til að fjarlægja megnið af safanum.

d) Blandaðu saman marineruðum fiski, hægelduðum tómötum, rauðlauk, jalapeño pipar og hakkað kóríander í stórri skál. Blandið vel saman.

e) Blandið avókadóinu varlega saman við og passið að mauka það ekki of mikið. Avókadóið bætir rjómabragði við ceviche.

f) Kryddið með salti og pipar eftir smekk. Mundu að fiskurinn var marineraður í límónusafa svo aðlagaðu kryddið í samræmi við það.

g) Látið ceviche kólna í kæli í um það bil 15-20 mínútur til að leyfa bragðinu að blandast saman.

h) Berið Ceviche Chingon fram kældan með tortilla flögum eða tostadas til hliðar. Þú getur líka skreytt það með auka kóríanderlaufum, limebátum eða sneiðum jalapeños ef þess er óskað.

## 25. Mexíkóskt mangó og hvítfiskur Ceviche

HRÁEFNI:

- 2 pund hvítur fiskur, skorinn í litla teninga
- 4 lime, safi
- ½ appelsína, safi
- 1 matskeið ólífuolía
- 1 grænn chili pipar, saxaður
- 2 mangó, skorið í teninga
- 5 grænir laukar, saxaðir
- 3 tómatar, fræhreinsaðir og saxaðir
- ½ bolli hakkað ferskt kóríander
- salt og malaður svartur pipar eftir smekk

LEIÐBEININGAR:

a) Sameina hvítan fisk, lime safa, appelsínusafa, olíu og chile pipar í glasi eða keramik skál. Setjið plastfilmu yfir o g kælið í 90 mínútur.

b) Blandið mangó og grænum lauk út í, hyljið og kælið í 10 mínútur í viðbót.

c) Blandið tómötum og kóríander varlega saman við. Kryddið með salti og pipar og berið fram strax.

## 26.Ceviche tacos

HRÁEFNI:

- $1\frac{1}{2}$ pund Red snapper flök; í $\frac{1}{2}$ tommu bitum
- Safi úr 10 lime
- 1 laukur; smátt saxað
- 1 jalapenó pipar; fræhreinsað/fínt saxað
- $14\frac{1}{2}$ aura Dós tómatar
- $\frac{1}{2}$ bolli maískorn
- $\frac{1}{4}$ bolli saxað kóríander
- 2 matskeiðar ólífuolía
- 2 matskeiðar Catsup
- 1 msk Worcestershire sósa
- $\frac{1}{2}$ tsk Þurrkað oregano
- Salt; tveir lyklar
- 8 maístortillur
- 1 rauðlaukur; þunnt sneið
- 1 avókadó; skrældar/skornar

LEIÐBEININGAR:

a) Blandið fiski og limesafa varlega saman í stóra skál úr gleri eða óviðbrögðum úr áli. Lokið, kælið og látið marineras t yfir nótt.

b) Þegar þú fjarlægir fisk á morgnana verður hann "eldaður" í gegn og óhætt að borða hann.

c) Þegar þú ert tilbúinn til að bera fram tacos skaltu sameina lauk, jalapeno, tómata, maískóríander, ólífuolíu, catsup, Worcestershire sósu og oregano í stóra glerskál. Blandið vel saman. Kryddið með salti eftir smekk.

d) Tæmið og skolið fiskinn, bætið við tómatblönduna og blandið varlega saman við hjúpinn.

e) Hitið tortillur í örbylgjuofni eða ofni. Setjið $\frac{1}{8}$ af fiskblöndunni í tortilluna og skreytið með rauðlauk og avókadó.

27. Wasabi smellir ceviche salat

**HRÁEFNI:**

- 600 grömm af Snapper flökum, í teningum
- $\frac{1}{4}$ bolli Namida Wasabi vodka
- $\frac{1}{2}$ bolli lime safi
- 1 lime börkur
- 2 matskeiðar Tabasco; eða tveir lyklar
- 1 matskeið Sykur
- 1 tsk Salt
- 1 bolli tómatsafi
- 1 lítill rauðlaukur; smátt saxað
- 2 tómatar; kjarnhreinsað, fræhreinsað, saxað
- 1 rauð paprika; kjarnhreinsað, fræhreinsað, skorið í snei ðar
- 2 matskeiðar kóríander

**LEIÐBEININGAR:**

a) Blandið fyrstu sjö hlutunum saman.
b) Lokið og kælið í að minnsta kosti 1 klst.
c) Afhjúpaðu og bætið restinni af hráefninu út í.
d) Blandið öllu vel saman.
e) Hellið í stóra skál.
f) Berið fram með annarri skál hlaðinni grænmetisalati og skál af Wasabi majónesi.

## 28. Sea Bass Ceviche

HRÁEFNI:

- 400 g fersk sjóbirtingsflök, skorin í 1 cm teninga
- 1 tsk salt
- safi úr 5 feitum lime
- ½ rauðlaukur, mjög smátt skorinn
- 3 eða 4 heit rauð chili (td fuglaauga), smátt saxað
- 1 lítið búnt af kóríander, saxað
- nýmalaður svartur pipar
- skvetta af ólífuolíu, til að bera fram

LEIÐBEININGAR:

a) Setjið hakkaða fiskinn í skál. Stráið salti yfir, hrærið vel til að blanda saman.

b) Látið hvíla í 5 mínútur.

c) Í sérstakri skál eða könnu blandið saman limesafa, lauk, chili, kóríander og dágóðum möl af svörtum pipar.

d) Um 10 mínútum áður en þú vilt bera fram skaltu einfaldlega hella marineringunni yfir fiskinn, hræra vel og láta hvíla. Til að bera fram skaltu hella í litla bolla eða hrúga á disk og dreypa smá ólífuolíu yfir.

# 29. Ceviche með avókadó, kirsuberjatómötum og vorlauk

**HRÁEFNI:**

- 1 búnt af vorlauk
- 5-6 lime
- 1 kassi af kirsuberjatómötum
- 1 flakaður sjóbirtingur
- 2 grænir chili
- ½ rauð paprika
- 1 avókadó (má sleppa)
- Kóríander

**LEIÐBEININGAR:**

a) Byrjaðu á því að saxa lauk og pipar í mjög litla teninga.
b) Skerið fiskinn í litla teninga og setjið limesafa yfir. Það þarf að vera að fullu þakið svo safinn „eldi" fiskinn. Lokið o g látið standa í ísskáp í 1 klst
c) Í millitíðinni saxið tómatana, fjarlægið fræin og skerið í litla teninga. Undirbúið líka avókadóið, chili með því að fjarlægja fræin (eða láta þau vera í ef þú vilt það kryddara) og kóríander
d) Takið fiskinn úr ísskápnum og hellið sítrónusafanum frá og skilið eftir „eldaða" fiskinn í skálinni
e) Blandið þessu öllu vel saman við smá af extra virgin ólífuolíu og berið fram með tortillu og Pisco sour í drykk

## 30.Ceviche de Corvina Panama stíll

## HRÁEFNI:

- 3 pund Corvina (White Sea Bass)
- 1 ½ bolli lime safi
- 1 ½ pund Laukur
- ½ Aji Chombo (Habanero pipar)
- 1 sneið kóríander (kóríander)
- 1 sneið kóríander (mexíkósk eða langur kóríander)
- 1 tsk edik
- 1 Salt
- 1 pakki Saltine kex

## LEIÐBEININGAR:

a) Fyrst er fiskurinn flakaður og flökin sett í kalt vatn með ís og salti í 1 klst.

b) Saxið laukinn í litla ferninga.

c) Kreistu lime þar til þú hefur um það bil 1 ½ bolla. (Setjið þær í örbylgjuofninn í 30 sekúndur og rúllið þeim síðan niður til að fá sem mestan safa)

d) Skerið hálfan Aji Chombo í mjög litla bita (eða bætið við eins miklum hita og þarf)

e) Fáðu þér lítið magn af kóríander og kóríander um það bil teskeið hvor og skerðu í litla bita.

f) Eftir 1 klukkustund sigtið flökin og skerið í litla ferninga bætið við nokkrum klípum af salti og blandið saman í skál.

g) Bætið nú Aji Chombo, Cilantro, Cilantro og Lauk út í og blandið aðeins saman.

h) Bætið limesafanum og teskeið af hvítu ediki út í þar til allt er þakið safa.

i) Lime safinn mun "elda eða lækna" fiskinn á 3 klukkustundum. 24 klukkustundir í Panamastíl. Þetta má svo frysta eða geyma í kæli.

j) Borðaðu með Saltine kex, Yuka flögum og Plantain flögum.

## 31.Lúðu ceviche með greipaldin og chiles

**HRÁEFNI:**

- 1 pund lúðuflök
- ½ bolli nýkreistur lime safi
- 6 matskeiðar nýkreistur greipaldinsafi
- 1 heil greipaldin
- ½ tsk Mjög fínt saxaður hvítlaukur
- 2 matskeiðar Mjög fínt söxuð rauð chili
- 1 matskeið af mjög fínt söxuðu grænu chili
- 2 matskeiðar (pakkað) Chiffonade af ferskri myntu

**SKREYTIÐ**

- Sterk sósa
- Extra virgin ólífuolía

**LEIÐBEININGAR:**

a) Skerið lúðuna í þunnar breiðar sneiðar með mjög beittum hníf. Setjið í skál og blandið limesafanum og greipaldinsafanum saman við. Látið standa við stofuhita í 15 mínútur.

b) Á meðan, skera greipaldin í tvennt, við miðbaug, og nota greipaldinhníf, skera út bita af greipaldin.

c) Skerið hvern bita í tvennt, langleiðina. Þegar þú ert tilbúinn til að bera fram ceviche skaltu tæma vökvann alveg af lúðu og farga vökvanum.

d) Bætið greipaldinbitum við fiskinn ásamt hvítlauk, rauðum chiles, grænum chiles og myntu.

e) Kasta varlega. Skiptið á 6 plötur, leggið lúðustrimurnar flatt út á hvern disk. Kryddið með grófu salti, stráið heitri sósu yfir og dreypið ólífuolíu yfir.

f) Berið fram strax.

## 32.Lúðа-Mango Ceviche

HRÁEFNI:

- $1\frac{1}{2}$ pund roðlaus, beinlaus lúða, skorin í $\frac{1}{2}$ tommu teninga
- $\frac{1}{3}$ bolli ferskur lime safi
- $\frac{1}{4}$ bolli ferskur sítrónusafi
- $\frac{1}{4}$ bolli tequila
- 3 jalapeno chile paprikur, fræhreinsaðar og söxaðar
- 1 mangó - afhýtt, fræhreinsað og skorið í teninga
- 1 græn paprika, fræhreinsuð og smátt saxuð
- $\frac{1}{2}$ bolli smátt saxaður Vidalia eða annar sætur laukur
- $\frac{1}{2}$ bolli smátt saxaður rauðlaukur
- 1 mangó - afhýtt, fræhreinsað og skorið í teninga
- $\frac{1}{2}$ búnt af saxað ferskt kóríander
- $\frac{1}{4}$ bolli saxuð fersk steinselja
- 1 tsk salt, eða eftir smekk

LEIÐBEININGAR:

a) Blandið lúðu í teningum, lime safa, sítrónusafa, tequila, hakkaðri jalapeno papriku og 1 hægelduðum mangó saman í málmlausa skál. Lokið og kælið í 1 $\frac{1}{2}$ klst.

b) Eftir að ceviche hefur stífnað í 1 $\frac{1}{2}$ klukkustund skaltu bæta við grænum pipar, sætum lauk og rauðlauk. Blandið ve l saman, batna síðan og kælið í 30 mínútur í viðbót.

c) Blandið því sem eftir er skorið mangó, kóríander og steinselju saman við; kryddið eftir smekk með salti áður en það er borið fram.

## 33.Mahi mahi ceviche

HRÁEFNI:

- 1 pund Mahi Mahi, smátt skorið
- ½ bolli ferskur sítrónusafi
- ½ bolli ferskur lime safi
- 1 matskeið Tabasco
- 2 matskeiðar Kosher salt
- 3 5x6 tómatar litlar teningar
- 1 Stór gulur laukur litlir teningar
- ½ bolli ferskt saxað kóríander

LEIÐBEININGAR:

a) Úr uppskriftabókum matreiðslumeistarans Sergio Verduzco: Blandið öllu hráefninu saman og leyfið þeim að marinerast í að minnsta kosti 1 klst.

b) Hellið umfram safa af og setjið í kæli. Gott í hámark 3 daga.

c) Fargið afgangum eftir 3 daga.

## 34. Ceviche af skötusel með avókadó

HRÁEFNI:

- 500 g (1 lb) skötuselur
- safi úr 3 lime
- 1 meðalheitt rautt chilli, helmingað og fræhreinsað
- 1 lítill rauðlaukur
- 6 vínviðarþroskaðir tómatar, roðhreinsaðir
- 3 matskeiðar extra virgin ólífuolía
- 2 matskeiðar nýsaxað kóríander
- 1 stórt þroskað en þétt avókadó

LEIÐBEININGAR:

a) Hellið skötuselinum yfir limesafann og passið að allar fisksneiðarnar séu alveg húðaðar í safa.

b) Á meðan skaltu skera þvert yfir hvern chili helming þannig að þú fáir mjög þunnar, örlítið krullaðar sneiðar. Skerið laukinn í fernt og skerið síðan hvern fleyg eftir endilöngu í þunnar, bogalaga sneiðar. Skerið hvern tómat í fernt og fjarlægðu fræin. Skerið hvern bita af holdi eftir endilöngu í þunnar, bogalaga sneiðar.

c) Rétt áður en þú ert tilbúinn til að bera fram skaltu lyfta skötuselinum upp úr limesafanum með sleif og setja hann í stóra skál ásamt chili, lauk, tómötum, ólífuolíu, mestu af kóríandernum og smá salti eftir smekk. Þeytið þeim létt saman.

d) Haltu avókadóinu í helming, fjarlægðu steininn og afhýðaðu. Skerið hvern helming á lengdina í þunnar sneiðar. Raðið 3-4 sneiðum af avókadó á aðra hlið hvers disks. Setjið ceviche á hina hliðina og stráið restinni af kóríander yfir. Berið fram strax.

# 35.Skötuselur ceviche með kókos og lime

HRÁEFNI:

- 350 grömm skötuselur; (snyrt af allri húð)
- 4 Slepptu lauknum
- Börkur og safi úr 2 lime
- $\frac{1}{2}$ rauður chili
- 5 matskeiðar Kókosrjómi
- $\frac{1}{4}$ Rauðlaukur
- 1 msk Ferskur graslaukur
- $\frac{1}{4}$ tsk púðursykur
- Salt tvo lykla
- $\frac{1}{2}$ rauður chili
- 1 Þroskað þétt mangó
- 1 stykki ferskt engifer
- $\frac{1}{2}$ tsk púðursykur
- 1 Handfylli af kóríanderlaufum
- 2 plómutómatar; (2 til 3)
- Sjó salt

LEIÐBEININGAR:

a) Rífið vorlauk eftir endilöngu og setjið hann í bleyti í skál með ísvatni í ísskápnum þar til þeir skilja sig og krullast. Þetta mun taka um 45 mínútur.

b) Blandið saman kókos og lime til að hefja marineringuna. Saxið rauðlaukinn mjög smátt. Bætið þessu við lime marineringuna. Bætið salti og flórsykri eftir smekk og kælið.

c) Búðu til yndið. Saxið kóríander, skerið chili smátt, afhýðið og rífið engiferið, skerið mangóið smátt, skerið tómatinn (aðeins hold) smátt og blandið öllu saman. Kryddið létt með sjávarsalti og kælið.

d) Skerið skötuselinn frekar þunnt í medalíur. Setjið á flatt fat og stráið marineringunni yfir. Setjið aftur inn í ísskáp. Eftir 1o mínútur eða svo snúið fiskinum í marineringunni. Fiskurinn verður hvítur og lítur út fyrir að vera "eldaður" þegar hann er tilbúinn (þ.e. hefur tekið í sig bragðið og lime hefur breytt próteinstöðunni) Setjið smá relish á hvern disk. Toppið með sneiðum af skötusel.

e) Skreytið með nokkrum tæmdum vorlaukkrullum og dreypið síðan kókosmarineringunni yfir fiskinn í kringum diskinn.

## 36.Fiskur ceviche

**HRÁEFNI:**

- 4 tómatar
- 2 Gúrkur
- 1 gulrót
- 12 lime
- 1 Mangó
- 1 appelsínugult
- Handfylli af kóríander
- ½ laukur
- 1 ½ kg Tilapia

**LEIÐBEININGAR:**

a) Skerið niður tómata, lauk og mangó. Rífið gulrætur. Saxi ð kóríander.

b) Sjóðið vatn á pönnu með salti og hvítlauk. Setjið fiskinn á pönnu þar til hann virðist hvítur.

c) Setjið tilapia í lime og appelsínusafa. Kryddið með pipar, salti og hvítlauk. Þú getur bætt við klípu af oregano og smá af jalapeño safa til að bæta bragðið. Látið standa í 30 mínú tur.

d) Blandið öllu saman. Bætið salti eftir smekk.

## 37. Sítrónu Herb Bakaður Fiskur

HRÁEFNI:

- 4 hvít fiskflök (eins og þorskur, tilapia eða sóla)
- $\frac{1}{2}$ bolli Bisquick bökunarblanda
- $\frac{1}{2}$ tsk þurrkað timjan
- $\frac{1}{2}$ tsk þurrkuð steinselja
- $\frac{1}{2}$ tsk hvítlauksduft
- $\frac{1}{4}$ teskeið salt
- $\frac{1}{4}$ tsk svartur pipar
- Börkur af 1 sítrónu
- 2 matskeiðar bráðið smjör
- 2 matskeiðar sítrónusafi
- Sítrónubátar, til framreiðslu
- Fersk steinselja, til skrauts (valfrjálst)

LEIÐBEININGAR:

a) Forhitið ofninn í 400°F (200°C). Smyrjið bökunarform eða klæddu það með bökunarpappír.

b) Blandið saman Bisquick-bökunarblöndunni, þurrkaðri timjan, þurrkaðri steinselju, hvítlauksdufti, salti, svörtum pipar og sítrónubörk í grunnt fat.

c) Blandið bræddu smjöri og sítrónusafa í sérstakri skál.

d) Dýfðu hverju fiskflaki ofan í smjör- og sítrónublönduna og hyldu það vel.

e) Dýptu fiskflökin í Bisquick-jurtablöndunni og þrýstu létt til að blandan festist við fiskinn.

f) Settu húðuðu fiskflökin í undirbúið eldfast mót.

g) Dreypið afganginum af smjöri og sítrónublöndu yfir fiskinn.

h) Bakið í forhituðum ofni í um 12-15 mínútur eða þar til fiskurinn er eldaður í gegn og flagnar auðveldlega með gaffli.

i) Takið úr ofninum og skreytið með ferskri steinselju ef vill.

j) Berið sítrónujurtabakaða fiskinn fram með sítrónubátum á hliðinni til að kreista yfir fiskinn.

# 38.Þorskur, ahi, og heirloom tómat ceviche

HRÁEFNI:

- 1 stór rauðlaukur, fínt saxaður
- 3 LG jalapeños, fræhreinsaðar og söxaðar
- 2 gulir strákatómatar, saxaðir
- 2 Brandywine tómatar, saxaðir
- $\frac{3}{4}$ pund 51-60 telja soðnar rækjur afhýddar og skottið af
- 2 matskeiðar saxaður hvítlaukur
- 1 búnt af kóríander, saxað
- 1 tsk kúmen
- 1 tsk chili duft
- 2 matskeiðar kosher salt eftir smekk
- Safi úr 4 stórum lime
- $1\frac{1}{2}$ pund. þorsklanga, skorinn í hæfilega bita
- 4 aura ahi túnfiskflök, skorið í hæfilega stóra bita
- Álegg
- Rifinn cheddar ostur
- Rifinn cotija ostur
- Sterk sósa
- Tostada skeljar

LEIÐBEININGAR:

a) Blandið báðum fisktegundum og limesafa saman í skál. Kælið í hálftíma. Hrærið oft

b) Blandið saman restinni af hráefnunum nema álegginu í annarri stórri skál. Hrærið vel saman.

c) Eftir hálftíma ætti fiskurinn að vera ógagnsær. Blandið saman í aðra skál þar á meðal safa. Hrærið vel saman. Kæli ð í hálftíma.

d) Hrærið vel aftur. Plataðu tostada skel. Toppur með ceviche. Bætið við cheddar og cotija. Dreypið heitri sósu y fir. Berið fram strax. Njóttu.

## 39.Lime Cod Ceviche

**HRÁEFNI:**

- 1 pund þorskur eða annar hálfþéttur fiskur í teningum
- 1 bolli sítrónusafi
- 1 fersk jalapeño pipar, skipt og skorin í strimla
- 1 höfuð romaine salat, skipt í lauf, þvegið
- 1 geiri ferskur hvítlaukur, smátt saxaður
- 1 bolli lime safi
- 2 meðalstórir rauðlaukar, skipt í hringi
- $\frac{1}{2}$ tsk salt
- $\frac{1}{4}$ tsk malaður svartur pipar

**LEIÐBEININGAR:**

a) Blandið saman lime og sítrónusafa, lauk, hvítlauk, salti og pipar og hellið sósunni yfir fiskinn; marineraðu í 3 klst.

b) Setjið hvern rétt saman með því að setja 2-3 þvegin og aðskilin salatblöð á disk.

c) Skellið marineruðum fiskinum ofan á salatblöðin og fargið marineringunni.

## 40.Þorskur Ceviche með sítrónu örgrænum

**HRÁEFNI:**

- 1 pund þorskur eða annar hálfþéttur fiskur í teningum
- 1 bolli sítrónu örgræn
- 2 bollar lime safi
- 2 rauðlaukar, skipt í hringa
- 1 geiri ferskur hvítlaukur, smátt saxaður
- $\frac{1}{2}$ tsk salt
- $\frac{1}{4}$ tsk malaður svartur pipar
- 1 höfuð romaine salat, skipt í lauf, þvegið
- 1 fersk jalapeño pipar, skipt og skorin eftir endilöngu í $\frac{1}{8}$ tommu ræmur

**LEIÐBEININGAR:**

a) Skerið fiskinn í 1 tommu teninga á flatri glerplötu.
b) Blandið saman lime safa, rauðlauk, hvítlauk, sítrónu örgrænu, salti og svörtum pipar í glerskál.
c) Hellið sósunni yfir fiskinn, hjúpið hann alveg.
d) Kælið fiskinn og látið marinerast í 3 klukkustundir, eða þar til fiskurinn er ógagnsær, sem sýnir að sýran í limesafanum hefur eldað hann rétt.
e) Settu hvern rétt saman með því að setja 3 þvegin og aðskilin salatblöð á disk.
f) Skellið marineruðum fiskinum ofan á salatblöðin og fargið marineringunni.

# AÐALRÉTTUR

## 41.Ravioli í portúgölsku

HRÁEFNI:

FYRIR RAVIOLI DEIGIÐ:

- 2 bollar alhliða hveiti
- 3 stór egg
- $\frac{1}{4}$ teskeið salt
- 1 matskeið ólífuolía

FYRIR FYLLINGU:

- 1 bolli soðið bacalao (saltaður þorskur), rifinn
- 1 bolli soðið spínat, þerrað og saxað
- $\frac{1}{4}$ bolli rifinn parmesanostur
- 2 hvítlauksrif, söxuð
- 1 msk söxuð fersk steinselja
- Salt og pipar eftir smekk

FYRIR TÓMATSÓSU:

- 2 matskeiðar ólífuolía
- 1 lítill laukur, smátt saxaður
- 2 hvítlauksrif, söxuð
- 1 dós (14 únsur) sneiddir tómatar
- 1 tsk paprika
- $\frac{1}{2}$ tsk þurrkað oregano
- Salt og pipar eftir smekk

LEIÐBEININGAR:

ÚRBIÐU RAVIOLI DEIGIÐ:

a) Blandið saman hveiti og salti í stórri blöndunarskál. Gerðu brunn í miðjunni.

b) Brjótið eggin í holuna og bætið ólífuolíu út í.

c) Notaðu gaffal eða hendurnar og blandaðu hveitinu smám saman út í eggin þar til deigið byrjar að safnast saman.

d) Færið deigið yfir á létt hveitistráð yfirborð og hnoðið í um það bil 5 mínútur þar til það er slétt og teygjanlegt.

e) Vefjið deigið inn í plastfilmu og látið það hvíla í 30 mínútur.

**GERÐU FYLLINGuna:**

f) Blandið saman rifnum bacalao, soðnu spínati, rifnum parmesanosti, hakkaðri hvítlauk, saxaðri steinselju, salti og pipar í skál. Hrærið vel saman þar til öll innihaldsefnin hafa blandast jafnt inn.

**RÚÐU DEIGIÐ ÚT:**

g) Skiptið deiginu í fjóra jafna hluta.

h) Vinnið með einn skammt í einu, fletjið hann þunnt út með kökukefli eða pastavél.

i) Skerið útrúllað deigið í litla ferninga, um það bil 3 tommur að stærð.

**SAMLAÐU RAVIOLI:**

j) Setjið lítið magn af fyllingunni í miðjuna á hverjum deigferningi.

k) Brjótið deigið saman til að mynda þríhyrning og þrýstu þétt á brúnirnar til að loka.

l) Notaðu gaffal til að kreppa brúnirnar til að fá skrautlegt viðbragð.

m) Endurtaktu með afganginum af deiginu og fyllingunni.

**ELDA RAVIOLI:**

n) Látið suðu koma upp í stórum potti af saltvatni.

o) Slepptu ravíólíinu varlega í sjóðandi vatnið og eldið í um 3-4 mínútur þar til þau fljóta upp.

p) Takið soðna ravíólíið úr vatninu með skál og setjið til hliðar.

**UNDIRBÚÐU TÓMATSÓSAN:**

q) Hitið ólífuolíuna í potti yfir meðalhita.

r) Bætið söxuðum lauknum og söxuðum hvítlauk út í. Steikið þar til laukurinn er hálfgagnsær.

s) Bætið við hægelduðum tómötum, papriku, þurrkuðu oregano, salti og pipar. Eldið í um það bil 10 mínútur, hrærið af og til, þar til sósan þykknar aðeins.

t) Setjið soðna ravíólíið á diska.

u) Hellið tómatsósunni yfir ravíólíið.

v) Skreytið mögulega með rifnum parmesanosti til viðbótar og saxaðri steinselju.

w) Berið fram portúgalska innblásna ravíólíið á meðan það er heitt.

# 42.Þorsk- og kartöflukjötbrauð

HRÁEFNI:

- 1 pund þorskflök, hýðið fjarlægt og saxað
- 2 bollar kartöflumús
- ½ bolli brauðrasp
- ¼ bolli fínt saxaður laukur
- 2 matskeiðar fínt söxuð fersk steinselja
- 2 hvítlauksrif, söxuð
- 2 egg, þeytt
- 1 matskeið sítrónusafi
- ½ tsk salt
- ¼ tsk svartur pipar

LEIÐBEININGAR:

a) Forhitaðu ofninn þinn í 375°F (190°C) og smyrjið brauðform.

b) Blandið saman söxuðum þorskflökum, kartöflumús, brauðrasp, lauk, steinselju, hvítlauk, eggjum, sítrónusafa, salti og svörtum pipar í stóra skál.

c) Hrærið vel saman þar til öll innihaldsefnin hafa blandast jafnt inn.

d) Færið blönduna yfir í tilbúið brauðformið og mótið það í brauð.

e) Bakið í forhituðum ofni í um 45-50 mínútur eða þar til innra hitastigið nær 145°F (63°C).

f) Leyfið kjöthleifnum að hvíla í nokkrar mínútur áður en það er skorið í sneiðar. Berið fram heitt.

## 43. Bisquick Fish Tacos

HRÁEFNI:

- 2 bollar Bisquick blanda
- ⅔ bolli mjólk
- 1 pund hvít fiskflök (eins og þorskur eða tilapia)
- ½ bolli hveiti
- 1 tsk paprika
- ½ tsk hvítlauksduft
- Salt og pipar eftir smekk
- Jurtaolía til steikingar
- Tortillur
- Rifið salat
- Tómatar í bita
- Niðurskorið avókadó
- Lime bátar
- Cilantro (valfrjálst)
- Sósa að eigin vali (svo sem tartarsósa eða chipotle mayo)

LEIÐBEININGAR:

a) Blandið saman Bisquick mix og mjólk í blöndunarskál til að gera deigið fyrir fiskinn.
b) Í sérstakri skál blandið saman hveiti, papriku, hvítlauksdufti, salti og pipar til að búa til dýpkunarblöndu.
c) Skerið fiskflökin í strimla eða hæfilega bita.
d) Hitið jurtaolíu í djúpri pönnu eða potti til að steikja.
e) Dýfðu hverjum fiskbita í dýpkunarblönduna, hyldu það jafnt og dýfðu því síðan í Bisquick deigið.
f) Setjið fiskinn varlega í heita olíuna.
g) Steikið fiskinn þar til hann er gullinbrúnn og stökkur, snúið einu sinni við.

h) Takið fiskinn úr olíunni og setjið hann á pappírsklædda disk til að tæma umfram olíu.
i) Hitið tortillurnar í þurrri pönnu eða örbylgjuofni.
j) Settu saman fisktaco með því að setja nokkra bita af steiktum fiski á hverja tortillu. Toppið með rifnu salati, sneiðum tómötum, sneiðum avókadó, kreista af lime safa, kóríander (ef þess er óskað) og uppáhalds sósunni þinni.
k) Berið fisktacoið fram strax.

# 44.Cornflake steiktar fiskiflögur

HRÁEFNI:

- Canola eða ólífuolíu matreiðslu sprey
- $1\frac{1}{2}$ pund rauðkartöflur, skrúbbaðar og skornar í $\frac{1}{4}$ tommu þykka báta
- 4 tsk canola olía
- $1\frac{1}{2}$ tsk Cajun eða Creole krydd, skipt
- 2 bollar maísflögur
- $\frac{1}{4}$ bolli alhliða hveiti
- $\frac{1}{4}$ tsk salt
- 2 stórar eggjahvítur, þeyttar
- 1 pund þorskur, eða ýsa, skorin í 4 hluta

LEIÐBEININGAR:

a) Í efri og neðri þriðjungi ofnsins, settu grindur; forhitaðu í 425 ° F. Notaðu eldunarúða til að húða stóra bökunarplötu. Á annarri stórum bökunarplötu, settu vír grind; notaðu matreiðsluúða fyrir húðun.

b) Settu kartöflur í sigti. Skolaðu vandlega með köldu vatni og notaðu síðan pappírsþurrkur til að þurrka alveg.

c) Í stóra skál skaltu henda $\frac{3}{4}$ teskeið af Cajun (eða Creole) kryddi, olíu og kartöflum.

d) Dreifið blöndunni á bökunarplötuna án grindarinnar. Setjið á neðri ofngrindina og bakið í um það bil 30 til 35 mínútur þar til það er gullið og mjúkt, snúið við á 10 mínútna fresti.

e) Í millitíðinni, í blandara eða matvinnsluvél, malið cornflakes gróft eða myljið í lokaðan plastpoka. Setjið á grunnt fat. Í annað grunnt fat, setjið salt, $\frac{3}{4}$ tsk Cajun (eða Creole) krydd og hveiti; og setjið eggjahvítur í þriðja grunnt fat.

f) Dýfðu fiskinum í hveitiblönduna, dýfðu honum í eggjahvítu og síðan í möluð kornflög til að hjúpa allar hliðar. Settu fiskinn á tilbúna vírgrind. Notaðu matreiðsluúða til að húða báðar hliðar brauðfisksins.

g) Á efri grindinni í ofninum, bakaðu fiskinn í næstum 20 mínútur þar til brauðið hefur gullbrúnan lit og fiskurinn er stökkur og ógagnsær í miðjunni.

## 45.Fljótlegur fiskur lasagna

HRÁEFNI:

- 9 lasagna núðlur, soðnar og tæmdar
- 1 pund hvít fiskflök (eins og þorskur, ýsa eða tilapia), soðin og flöguð
- 1 bolli rifinn mozzarella ostur
- 1 bolli rifinn parmesanostur
- 2 bollar marinara sósa
- 1 bolli ricotta ostur
- $\frac{1}{4}$ bolli saxuð fersk steinselja
- Salt og pipar eftir smekk
- Ólífuolía til að smyrja bökunarformið

LEIÐBEININGAR:

a) Forhitaðu ofninn þinn í 375°F (190°C) og smyrjið ofnform með ólífuolíu.

b) Blandið soðnum og flöguðum fiskinum saman við ricotta osti, saxaðri steinselju, salti og pipar í skál. Setja til hliðar.

c) Smyrjið þunnu lagi af marinara sósu neðst á bökunarformið.

d) Setjið 3 lasagna núðlur ofan á sósuna, skarast þær aðeins.

e) Dreifið lagi af fiskiblöndunni yfir núðlurnar og síðan stráið rifnum mozzarellaosti og rifnum parmesanosti yfir.

f) Endurtaktu lögin, skiptu á núðlum, marinara sósu, fiskiblöndu, mozzarella osti og parmesanosti. Endið með lag af marinara sósu og ríkulegu strái af rifnum mozzarella osti yfir.

g) Hyljið bökunarformið með álpappír og bakið í forhituðum ofni í 25 mínútur. Fjarlægðu síðan álpappírinn og bakaðu í 10-15 mínútur til viðbótar þar til osturinn er gullinn og freyðandi.
h) Þegar það er bakað skaltu taka lasagnið úr ofninum og láta það hvíla í nokkrar mínútur áður en það er borið fram.
i) Berið hraðfisklasagnið fram heitt og skreytið með ferskri steinselju ef vill.

## 46.Matcha gufusoðinn þorskur

HRÁEFNI:

- 2 bollar afhýddar sætar kartöflur
- 1 pund þorskur, skorinn í 4 bita
- 2 tsk matcha duft
- 4 matskeiðar ósaltað smjör
- 8 greinar af fersku timjan
- 4 sneiðar af ferskri sítrónu
- 1 tsk kosher salt

LEIÐBEININGAR:

a) Forhitaðu ofninn í 425 gráður F. Taktu 4 blöð af smjörpappír, hvert um það bil 12 x 16 tommur, í tvennt og foldaðu síðan út til að búa til brot.

b) Setjið bunka af sætum kartöflustrimlum á aðra hlið hvers smjörstykkis og toppið hvern með bita af þorski.

c) Stráið hvern fiskbita með 1 teskeið af matcha, þá ofan á hvern með 1 matskeið af smjöri, 2 timjangreinar og sítrónusneið; kryddið með salti.

d) Brjótið smjörpappír yfir til að hylja fyllinguna og krumpið brúnirnar til að innsigla og mynda hálfmánalaga pakka.

e) Færið yfir á ofnplötu og bakið í 20 mínútur. Takið pakkana úr ofninum og leyfið þeim að hvíla í 5 til 10 mínútur áður en þær eru opnaðar.

# 47.Grillað fiskitaco með grænu salsa

**HRÁEFNI:**

- 3½ bollar Fínt rifið rauð- eða grænkál
- ¼ bolli hvítt eimað edik
- Salt og pipar
- ¾ pund Ferskir tómatar
- 2 matskeiðar salatolía
- 1 laukur, skorinn í ½ tommu sneiðar
- 1½ pund Stöðkuð roðfiskflök (lingcod, sea bass)
- 4 jalapenó chili
- 2 tsk lime safi
- ¾ bolli fersk kóríanderlauf
- 1 hvítlauksgeiri
- 12 heitar maís- eða fitusnauðar hveititortillur (6-7 tommur)
- Fitulítill sýrður rjómi
- Lime bátar

**LEIÐBEININGAR:**

a) Leitaðu að litlu grænu tómötunum með pappírshýði í sumum matvöruverslunum og matvöruverslunum frá Latino.

b) Blandið káli saman við ediki og 3 matskeiðar af vatni. Saltið og piprið eftir smekk. Lokið og kælið.

c) Fjarlægðu og fargaðu hýði af tómötum; skolaðu tómata.

d) Þræðið á teini. Penslið smá af olíunni létt á lauksneiðarnar. Skolaðu fiskinn og þurrkaðu hann. Penslið fiskinn með olíunni sem eftir er.

e) Settu tómata, lauk og chili á grillið.

f) Eldið, snúið eftir þörfum, þar til grænmetið er brúnt, 8-10 mínútur.

g) Setjið til hliðar til að kólna.

h) Setjið fisk á grillið (með háum hita). Eldið, snúið einu sinni, þar til fiskurinn er ógagnsær en samt rakur í þykkasta hlutanum (skera til að prófa), 10-14 mínútur.

i) Fjarlægðu stilkur af chili; fjarlægja fræ.

j) Hrærið tómatar, chili, lime safa, $\frac{1}{4}$ c kóríander og hvítlauk í blandara eða matvinnsluvél þar til það er slétt. Saxið lauk. Bætið söxuðum lauknum út í salsablönduna og saltið og piprið eftir smekk.

k) Hellið í litla skál.

l) Til að setja saman hvert taco skaltu fylla tortillu með smá káli, nokkrum bitum af fiski, salsa og sýrðum rjóma. Bætið við smá lime og saltið og piprið eftir smekk.

# 48.Bakaður sjóbirtingur, brasilískum stíl

HRÁEFNI:

- 3 pund sjóbirtingsflök, 1" þykk
- 1 tsk Salt
- 2 matskeiðar hveiti
- 2 meðalstór sneið laukur
- $\frac{1}{4}$ bolli Ólífuolía
- ⅓ bolli hvítvínsedik
- 3 hvítlauksgeirar, maukaðir eða
- Hakkað
- 1 tsk. Tilbúið gult sinnep
- 2 matskeiðar þurrkuð steinselja
- 1 msk ferskur sítrónusafi
- $\frac{1}{4}$ bolli þurrt hvítvín
- $\frac{1}{4}$ teskeið malað kóríander

LEIÐBEININGAR:

a) Stráið fiski með salti; stráið létt með hveiti.
b) Raðið fiskinum í grunnt 8*12" eldfast mót.
c) Steikið laukinn í ólífuolíu á pönnu þar til hann er mjúkur; setja yfir fisk.
d) Sameina vínedik, hvítlauk, oregano og sinnep, steinselju, kóríander og sítrónusafa; blandið vel saman og hellið yfir fiskinn.
e) Hellið víni utan um fisk; bakað, án loks, í 350 ofnum í um 45 mínútur. Nota má ufsa eða lúðu.

- 

## 49.Grillaður sjóbirtingur með sósu

HRÁEFNI:

- 4 litlir heilir sjóbirtar
- 4 matskeiðar ólífuolía; skipt
- kjarna
- ½ bolli saxaður laukur
- 1 bolli skrældar; fræhreinsaður, saxaður roma toma
- ⅓ bolli steinhreinsaðar svartar ólífur
- 1 bolli ferskar fava baunir; hvítur, skrældur
- 1 matskeið saxaður hvítlaukur
- 2 tsk söxuð ansjósuflök
- 1 matskeið fínt söxuð fersk steinselja
- 1 msk söxuð fersk basilíka
- 1 matskeið saxað ferskt timjan
- 1 matskeið saxað ferskt oregano
- ½ bolli hvítvín
- 1 stafur af smjöri; skorið í matskeiðar
- 1 salt; tveir lyklar
- 1 nýmalaður svartur pipar; tveir lyklar
- 2 matskeiðar smátt söxuð steinselja

LEIÐBEININGAR:

a) Forhitið grillið. Notaðu beittan hníf til að skera þrjár skurðir á hvern fisk í horn. Nuddaðu hvern fisk með 2 msk ólífuolíu og kryddaðu með Emeril's Essence.

b) Setjið fiskinn á heitt grillið og grillið í 4 til 5 mínútur á hvorri hlið, allt eftir þyngd hvers fisks.

c) Hitið ólífuolíuna sem eftir er á pönnu. Þegar olían er orðin heit, steikið laukinn í 1 mínútu. Bætið tómötunum, svörtum ólífum og fava baunum út í. Kryddið með salti og pipar. Steikið í 2 mínútur.

d) Hrærið hvítlauk, ansjósu, ferskum kryddjurtum og hvítvíni saman við. Látið suðuna koma upp í vökvanum og lækkið niður í suðu. Látið malla í 2 mínútur.
e) Brjótið smjörið saman við, matskeið á klukkutíma.

## 50.Sjávarbassi með kjúklingabaunum og myntu

HRÁEFNI:

- 2 stykki 12 tommu ferningur þungur álpappír
- 1 matskeið ólífuolía
- 2 punda sjóbirtingsflök
- 1 bolli myntulauf, þvegin og stilkuð
- 1 meðalstór tómatur, þykkt skorinn
- 1 lítill sætur hvítur laukur, þunnt sneið
- $\frac{1}{2}$ bolli soðnar kjúklingabaunir
- 1 tsk malað kúmen
- $\frac{1}{2}$ tsk malað kóríander
- $\frac{1}{4}$ tsk cayenne pipar
- $\frac{1}{4}$ tsk malaður kanill
- Salt og nýmalaður svartur pipar

LEIÐBEININGAR:

a) Forhitið grill.

b) Leggið eitt stykki af álpappírnum út, penslið með olíu og setjið bassaflökin ofan á. Leggðu myntulaufin, tómata, lauk, kjúklingabaunir, kúmen, kóríander, cayenne, kanil og salt og pipar eftir smekk á flökin.

c) Vefjið álpappírnum utan um lögin og krumpið saman að ofan. Vefjið öðru álpappírsstykkinu utan um það fyrra, en krumpið saman neðst. Þetta myndar öruggan pakka þar sem bassinn og önnur innihaldsefni geta gufað.

d) Leggið pakkann á grillið og eldið í 6 til 8 mínútur. Snúðu og eldaðu 4 til 5 mínútur lengur, eða þar til fiskurinn er orðinn stífur viðkomu.

e) Takið pakkann af hellunni, opnið álpappírinn og berið fram.

# 51.Hópar með Tandoorisósu

**HRÁEFNI:**

- 1 bolli hrein jógúrt
- ¼ bolli grófskorið ferskt engifer
- 4-5 rauðlaukur, afhýddir og gróft skornir (inniheldur allt nema ½ tommu af grænu)
- 6-8 hvítlauksrif, afhýdd
- 2 matskeiðar tandoori duft
- Safi úr ½ sítrónu (um 1½ matskeið)
- ½ tsk sjávarsalt
- 4 stykki 12 tommu x 18 tommu þungar álpappír
- 2 kílóa kornflök, skorin í fjóra jafna bita

**LEIÐBEININGAR:**

a) Forhitið grill.
b) Þeytið saman jógúrt, engifer, lauk, hvítlauk, tandoori duft, sítrónusafa og salt í skál matvinnsluvélar í 1 mínútu. Skafið niður hliðarnar og maukið í 30 sekúndur, eða þar til blandað. Setja til hliðar.
c) Takið sósuna úr vinnsluskálinni með gúmmíspaða og nuddið ríkulega báðum hliðum hvers flaks. Leggið flökin á álpappírinn, setjið afganga af sósu ofan á, brjótið álið yfir og krumpið þétt saman til að mynda þétt innsigli.
d) Leggðu pokana á grillið og eldið í 5 mínútur; snúið við og eldið í 5 mínútur lengur, eða þar til flökin eru orðin þétt viðkomu.
e) Taktu pokann af hitanum og leyfðu gestum að opna og uppgötva rjúkandi kvöldmatinn sinn.

# 52.Grillaður bassi í Cornhusks

HRÁEFNI:

- 2 eyru af ferskum maís
- 2 punda smámunnabassaflök, skorin í fjóra bita
- 4 matskeiðar ósaltað smjör, skorið í bita
- Safi úr 1 sítrónu (um það bil 3 matskeiðar)
- Salt og nýmalaður svartur pipar
- Sítrónubátar

LEIÐBEININGAR:

a) Forhitið grillið.

b) Afhýðið maíshýðið varlega og setjið til hliðar. Dragðu allt silki af hverjum kola.

c) Haldið kolunum uppréttum, sneiðið niður á við með beittum hníf, skerið kornið af í raðir. Fargið kolunum og setjið niðurskorið maís til hliðar.

d) Dreifið út og pressið flatt tvö eða þrjú hýði á flak. Stráið lagi af maís á blöðin og leggið flak hornrétt á hýðina, eitt ofan á hvern „pakka".

e) Hyljið flökin með maísnum sem eftir er. Setjið kornið með smjörklumpunum.

f) Stráið sítrónusafanum yfir hvert flak og kryddið með salti og pipar.

g) Brjótið hýðið ofan á pakkana á öllum hliðum (til að mynda umslag) og festið með tannstönglum.

h) Leggið á grillið í um 6 mínútur; snúið varlega með spaða og eldið 6 mínútum lengur, eða þar til hýðið er aðeins kulnað.

i) Berið fram strax með sítrónubátunum.

## 53.Röndóttur bassi með Cattail skýtum

HRÁEFNI:

- 8-10 rjúpnasprotar, grænir toppar fjarlægðir
- 6-8 múrar, hreinsaðar og snyrtar
- $\frac{1}{2}$ bolli ólífuolía auk 1 matskeið
- $\frac{1}{2}$ bolli ferskt timjan, stilkað og hreinsað
- $\frac{1}{2}$ tsk salt
- 1 tsk nýmalaður svartur pipar
- $1\frac{1}{2}$ punda röndótt bassaflak
- Salt og nýmalaður svartur pipar
- 2 matskeiðar smjör
- Safi úr 1 lítilli sítrónu

LEIÐBEININGAR:

a) Forhitið grill.

b) Fjarlægðu harða ytra lagið af rjúpunum og sneiððu á ská eins og þú myndir gera lauk. Setja til hliðar.

c) Blandið $\frac{1}{2}$ bolli af olíunni og timjaninu og salti og pipar í litla skál.

d) Húðaðu bassaflakið með bastingbursta eða skeið og færðu það yfir á grillið.

e) Á meðan skaltu hita smjörið og 1 matskeið olíu sem eftir er á pönnu yfir miðlungshita. Steikið múrurnar í 3 til 4 mínútur þar til sveppir eru mjúkir. Bætið sneiðum cattail sprotunum út í, lækkið hitann og eldið í 2 til 3 mínútur lengur. Minnka hitann og halda hita.

f) Grillið bassann í 4 til 5 mínútur á hvorri hlið

g) Skiptið í fjóra skammta og setjið á heita diska. Skeið múrsteina og rjúpur við hlið bassans. Dreypið sítrónusafanum yfir bassann og kryddið með auknu salti og pipar. Berið fram strax.

# 54.Röndóttur bassi með rækjusósu

**HRÁEFNI:**

- 1 stór sætur hvítur laukur, smátt saxaður
- 3-4 hvítlauksrif, afhýdd
- 2 tsk fínt saxað ferskt engifer
- 1 tsk chili duft
- 2½ matskeiðar canola olía
- 1½ pund röndótt bassaflök
- 1 meðalstór tómatur, skorinn í teninga
- 1 matskeið rækjumauk
- Safi úr ½ sítrónu (um 1½ matskeið)
- Soðin hvít hrísgrjón

**LEIÐBEININGAR:**

a) Púlsaðu laukinn, hvítlaukinn, engiferið og chiliduftið fimm eða sex sinnum í skál matvinnsluvélar. Skafið niður hliðarnar og maukið í 1 til 2 mínútur, eða þar til slétt.

b) Hitið olíuna í meðalstórri pönnu við meðalháan hita. Bætið maukinu hráefninu út í, hrærið, lækkið hitann í lágan og eldið í um það bil 15 mínútur, þakið, hrærið af og til, þar til það þykknar.

c) Á meðan forhitið grillið.

d) Leggið flökin á olíuborið rif og eldið í 3 til 4 mínútur. Snúðu og eldaðu 4 til 5 mínútur lengur, eða þar til það er stíft. Færðu þig yfir í hitunarhillu grillsins.

e) Bætið tómötunum við pönnuna, eldið í 3 til 4 mínútur, hrærið rækjumassanum saman við og hrærið í 1 mínútu.

f) Færið flökin yfir á pönnuna, hellið sósunni ofan á. Dreypið sítrónusafanum ofan á, hyljið í 1 til 2 mínútur og takið af hitanum.

g) Skiptið fiskinum í fjóra hluta, hellið sósunni yfir hvern og berið fram strax með hvítum hrísgrjónum.

## 55.Brasilískur saltþorskur

HRÁEFNI:

- $1\frac{1}{2}$ pund Tveir 2 punda bleytir þurrkaðir þorskar
- 2 stórir laukar, sneiddir
- 6 matskeiðar Smjör
- 1 hvítlauksgeiri, saxaður
- 3 stórar kartöflur
- 2 matskeiðar brauðrasp
- 10 grófhreinsaðar grænar ólífur
- 10 svartar ólífur
- 4 harðsoðin egg
- $\frac{1}{2}$ bolli Hakkað fersk steinselja
- Vínedik
- Ólífuolía
- Nýmalaður svartur pipar

LEIÐBEININGAR:

a) Setjið þorskinn í pott og bætið við nógu köldu vatni til að það hylji. Látið suðu koma upp .

b) Flögu kjötið með gaffli í stóra bita. Steikið laukinn í 3 msk af smjöri þar til hann er mjúkur og gullinn á litinn. Bætið hvítlauknum út í. Sjóðið óafhýddar kartöflur í söltu vatni. Þegar þær eru orðnar mjúkar (um það bil 20 mínútur), takið þá af hellunni, setjið undir kalt rennandi vatn og fjarlægið hýðið. Tæmið og skerið í $\frac{1}{4}$ tommu bita.

c) Forhitið ofninn í 350 gráður F. Smyrðu $1\frac{1}{2}$ lítra pottrétt með hinum 3 matskeiðum af smjöri. Raðið lag af hálfum kartöflunum, síðan helmingnum af þorskinum, svo helmingnum af lauknum. Stráið smá pipar yfir og endurtakið lagninguna. Stráið brauðmylsnunni yfir efsta lagið.

d) Bakið í 15 mínútur, eða þar til þær eru orðnar í gegn og ljósbrúnar.

## 56. Svartur þorskur með appelsínugulu sorbeti

**HRÁEFNI:**

- 1½ bolli appelsínu sorbet
- ½ bolli smátt skorin fersk mynta
- Safi úr 1 stórri appelsínu auk börk
- 1½ pund svört þorskflök

**LEIÐBEININGAR:**

a) Forhitið grill.

b) Bræðið sorbetið í 4 lítra potti yfir miðlungs háum hita.

c) Bætið myntu, appelsínusafa og helmingi af börknum saman við. Lækkið hitann í miðlungs og eldið, án loks, í 7 til 8 mínútur, eða þar til minnkað um þriðjung. Setjið til hliðar til að kólna.

d) Leggið flökin í grunnt ílát og hellið sósunni yfir þau; snúið og hjúpið vandlega. Kælið í 30 mínútur.

e) Fjarlægðu flökin úr marineringunni og færðu yfir á grillið. Eldið 4 mínútur. Snúið við og penslið viðbótarmarineringu ofan á. Eldið 4 mínútur lengur, eða þar til fiskurinn er örlítið mjúkur þegar hann er stunginn í hann.

f) Skiptið í fjóra jafna hluta, skreytið með afganginum af appelsínuberki og berið fram.

# 57.Þorskur með Puttanesca sósu

**HRÁEFNI:**

- 2 stykki af sterkri álpappír, hvert 12 tommu ferningur
- 2 punda þorskflök
- 1 matskeið ólífuolía
- 2 blaðlaukur, grænir stilkar skornir af, þunnar sneiðar
- 1 meðalstór tómatur, skorinn í teninga
- $\frac{1}{4}$ bolli kampavín (eða þurrt hvítvín)
- 8-10 Kalamata ólífur, skornar og skornar í sneiðar
- 3-4 hvítlauksrif, söxuð
- 2 matskeiðar kapers
- 1 tsk ferskt oregano
- 1 tsk balsamik edik
- 1 tsk nýmalaður svartur pipar
- Salt

**LEIÐBEININGAR:**

a) Forhitið grill.
b) Leggið þorskinn á álpappírinn, penslið hann með olíunni og leggið blaðlauk, tómata, kampavín, ólífur, hvítlauk, kapers, oregano, edik, pipar og salt eftir smekk ofan á hann.
c) Krympið álpappírinn þétt allan hringinn. Vefjið öðru álpappírsstykki utan um pakkann og krumpið hann á hina hliðina. Vertu viss um að pakkinn sé öruggur.
d) Leggið það á grillið beint yfir hitanum. Eldið í 8 til 10 mínútur; snúið við og eldið 3 til 4 mínútur lengur. Opnaðu pakkann og stingdu hnífsoddinum í flakið. Ef það er stíft er það gert.
e) Taktu af hitanum, afhjúpaðu og færðu réttinn yfir á stórt disk.

## 58. Brasilískt sjómannapottréttur

**HRÁEFNI:**

- 3 Laukur, sneiddur
- $\frac{1}{2}$ tsk hvítlaukur, saxaður
- 2 matskeiðar smjörlíki
- 16 aura hvítar baunir, tæmd
- 2 lítrar vatn
- 2 lárviðarlauf
- 16 aura kjúklingakraftur
- 16 aura af soðnum tómötum
- $1\frac{1}{2}$ tsk timjan
- 1 pund hvítfiskur
- $\frac{1}{4}$ bolli sítrónusafi
- $\frac{1}{2}$ bolli Vatn

**LEIÐBEININGAR:**

a) Í stórum súpupotti, eldið lauk og hvítlauk í smjörlíki þar til laukurinn er gegnsær, um það bil 5 mínútur.

b) Bætið baunum, 2 lítrum af vatni, lárviðarlaufum, kjúklingakrafti, tómötum og timjan út í.

c) Látið suðuna koma upp; lækkið hitann og látið malla í 30 mínútur.

d) Á sérstakri pönnu, látið fiskinn malla í sítrónusafa og $\frac{1}{2}$ bolli af vatni þar til fiskurinn flagnar auðveldlega með gaffli, 5-10 mínútur.

e) Tæmdu sítrónuvatn; bætið fiski í soðið og hitið vel áður en hann er borinn fram.

- 

## 59.Krabbi fylltur hvítur fiskur

HRÁEFNI:

- 4 hvít fiskflök (eins og þorskur, ýsa eða tóna)
- 1 bolli krabbakjöt (ferskt eða niðursoðið)
- 1/4 bolli brauðrasp
- 1/4 bolli rifinn parmesanostur
- 2 matskeiðar saxuð fersk steinselja
- 2 matskeiðar majónesi
- 1 matskeið sítrónusafi
- 1 hvítlauksgeiri, saxaður
- Salt og pipar eftir smekk
- Ólífuolía til matreiðslu

LEIÐBEININGAR:

a) Forhitaðu ofninn þinn í 375°F (190°C).
b) Blandið saman krabbakjöti, brauðmylsnu, parmesanosti, steinselju, majónesi, sítrónusafa, hakkaðri hvítlauk, salti og pipar í skál. Blandið vel saman þar til allt hráefnið hefur blandast jafnt saman.
c) Leggið hvítfiskflökin flatt á hreint yfirborð og skiptið krabbablöndunni jafnt á milli þeirra. Dreifið blöndunni jafnt yfir aðra hliðina á hverju flaki.
d) Rúllið flökunum þétt upp, byrjið á breiðari endanum. Festið rúllurnar með tannstönglum til að halda þeim saman.
e) Hitið ögn af ólífuolíu í ofnþolinni pönnu yfir miðlungshita. Þegar olían er orðin heit, setjið fylltu fiskrúllurnar varlega í pönnuna með saumahliðinni niður. Steikið þær í 2-3 mínútur þar til þær eru gullinbrúnar.
f) Settu pönnuna yfir í forhitaðan ofn og bakaðu í um 15-20 mínútur, eða þar til fiskurinn er eldaður í gegn og flagnar auðveldlega með gaffli.

g) Taktu pönnuna úr ofninum og láttu fiskinn hvíla í nokkrar mínútur áður en hann er borinn fram. Fjarlægðu tannstönglana varlega.
h) Berið fram krabbafylltar hvítfiskrúllur sem aðalrétt með hliðum að eigin vali, svo sem gufusoðnu grænmeti, hrísgrjónum eða fersku salati.

# 60.Steikt flök af sóla

HRÁEFNI:

- 8 flök af sóla
- $1\frac{1}{2}$ msk sítrónusafi
- 2 matskeiðar Smjör
- $\frac{1}{4}$ bolli þurrt sherry
- 1 tsk sojasósa
- 2 greinar af hakkaðri steinselju
- 1 eggjarauða

LEIÐBEININGAR:

a) Raðið flökum í steikjandi pönnu; stráið hluta sítrónusafa yfir og smjördopp.

b) Steikið þar til fiskurinn byrjar að brúnast; fjarlægja.

c) Blandið saman afganginum af sítrónusafa, sherry, sojasósu og steinselju og eggjarauðu: blandið vel saman. Skeið yfir að hluta eldaðan fisk; farðu aftur í grillið þar til sósan byrjar að freyða.

d) Berið fram í einu.

## 61. Sverðfiskur með brasilískri sósu

HRÁEFNI:

- 2 pund af sverðfiskasteikum
- 1 msk bayou blast
- 1 matskeið ólífuolía
- Brasilísk sósa
- $\frac{1}{4}$ bolli saxaður grænn laukur; til skrauts

LEIÐBEININGAR:

a) Stráið báðum hliðum sverðfiskasteikarinnar með Bayou Blast og nuddið henni inn með höndunum.

b) Hitið olíu á stórri pönnu við háan hita. Bætið sverðfiski út í og steikið þar til meðal-sjaldan, um 3 mínútur á hlið.

c) Til að bera fram skaltu raða sverðfiski á heita kvöldverðardiska, toppa með brasilískri sósu og stráið grænum lauk yfir.

# 62.Steinbítur vafinn í Collard Greens

HRÁEFNI:

- 8 blanched collard lauf
- 1 tómatur, skorinn í teninga
- 1 bolli fræhreinsaðar og sneiðar kalamata ólífur
- 6 laukar, smátt saxaðir
- 4-6 hvítlauksrif, söxuð
- 1 matskeið ólífuolía
- Salt og nýmalaður svartur pipar
- 4 steinbítsflök, 8 aura hvert
- Sítrónubátar til skrauts
- Soðin brún hrísgrjón

LEIÐBEININGAR:

a) Forhitið grill.

b) Leggðu fjögur af collard laufunum á vinnuborð. Stráið helmingnum af tómötum, ólífum, lauk, hvítlauk og olíu og salti og pipar eftir smekk á hvert blað.

c) Settu eitt flak ofan á hvert blað; stráið afganginum (þar á meðal meira salti og pipar, ef vill) yfir allt.

d) Toppið hverja samsetningu með fjórum grænum sem eftir eru og festið vel með tannstönglum.

e) Setjið í olíuboraða götuðu pizzupönnu, setjið pönnuna á grillið og lækkið lokið. Grillið í 6 til 7 mínútur. Snúið varlega við með spaða og grillið í 4 til 5 mínútur lengur, þar til það er aðeins brúnt.

f) Settu einn vasa á hverja af fjórum diskum. Fjarlægðu tannstönglana áður en þú skreytir með sítrónubátum. Berið fram með hýðishrísgrjónum.

# 63.Sólfiskur Dijon

## HRÁEFNI:

- $\frac{1}{4}$ bolli majónesi
- 2 matskeiðar kryddað gult sinnep
- Safi úr $\frac{1}{2}$ sítrónu (um $1\frac{1}{2}$ matskeið)
- $\frac{1}{4}$ bolli maísmjöl
- 1 tsk smátt saxað ferskt estragon
- 1 msk rifin svört piparkorn
- 2-3 pund af sólfiskflökum

## LEIÐBEININGAR:

a) Forhitið grill.
b) Blandið majónesi, sinnepi, sítrónusafa, maísmjöli, estragon og piparkornum saman í stóra skál.
c) Dýfðu flökunum í blönduna þar til þau eru vel húðuð.
d) Setjið flökin á grillið og lækkið hitann í miðlungs, ef hægt er. Lokaðu lokinu og eldaðu í 6 til 8 mínútur. Snúðu og eldaðu 4 til 5 mínútur lengur, þar til maísmjöl er örlítið kulnað. Berið fram strax.

## 64. Grillaður fiðrildisurriði

HRÁEFNI:

- 3 matskeiðar hnetuolía
- 1 bolli þunnt sneið shiitake
- 6-8 hvítlauksgeirar, smátt saxaðir
- 1-2 serrano chiles, fræhreinsað, afvegað
- 1 bolli rifið hvítkál
- 1 lítil gulrót, afhýdd og söxuð
- $\frac{1}{2}$ bolli fisk- eða kjúklingakraftur
- $\frac{1}{4}$ bolli lágnatríum sojasósa
- Safi úr 1 sítrónu (um það bil 3 matskeiðar)
- 1 fiðrildi silungur (2 pund)
- 1 tsk ferskt oregano
- 1 tsk salt
- 1 tsk nýmalaður svartur pipar
- Soðin hvít hrísgrjón

LEIÐBEININGAR:

a) Hitið 2 matskeiðar af olíunni í stórri pönnu eða wok við meðalháan hita. Hrærið sveppina, hvítlaukinn og chiles í 3 til 4 mínútur; Bætið kálinu og gulrótinni út í og hrærið í 4 til 5 mínútur lengur þar til grænmetið er vel hitað.

b) Hellið soðinu út í og minnkað um þriðjung, um það bil 5 mínútur. Bætið sojasósunni út í, hrærið og lækkið hitann í lágan til að halda hita.

c) Dreypið 1 msk sem eftir er af olíu og sítrónusafanum yfir fiðrildisfiskinn og kryddið með oregano og salti og pipar.

d) Festið kryddaðan fiskinn í vírmöskvakörfu. Leggðu körfuna á grillið og eldið í 4 til 5 mínútur; snúið við og eldið 5 mínútur lengur, eða þar til kjötið er ógegnsætt.

e) Taktu fisk úr körfunni; skiptið því í tvo skammta og setjið hitandi sósuna ofan á. Berið fram strax með hvítu hrísgrjónunum.

## 65. Steelhead silungur í rauðvínssósu

**HRÁEFNI:**

- 2 matskeiðar ólífuolía
- 1 lítill sellerístilkur, smátt saxaður
- 1 lítill blaðlaukur, aðeins hvítur hluti
- 1 lítil græn paprika, fræhreinsuð
- ½ pund sveppir
- 1 bolli Beaujolais eða annað matarmikið rauðvín
- 6 matskeiðar ferskt oregano, smátt saxað
- 1 tsk tómatmauk
- 1 heill stálhaus silungur
- 1 bolli þungur rjómi
- 1 tsk salt og pipar

**LEIÐBEININGAR:**

a) Hitið olíuna á pönnu eða stórri pönnu yfir meðalháum hita og bætið síðan selleríinu, blaðlauknum, paprikunni og sveppunum út í. Hrærið og látið malla í um það bil 15 mínútur.

b) Bætið við víninu, 2 msk af oregano, 2 msk af timjaninu og tómatmaukinu. Minnka um helming, 10 til 12 mínútur. Takið af hitanum, hyljið og setjið til hliðar.

c) Með pensli eða matreiðsluúða skaltu húða silunginn jafnt með smá olíu og setja á olíuborið grill. Lokaðu lokinu og eldaðu í 8 til 10 mínútur á hvorri hlið.

d) Á meðan skaltu setja rauðvínssósuna aftur í brennarann yfir meðalhita. Bætið rjómanum út í og hrærið oft til að koma í veg fyrir að hann brenni. Minnkaðu vökvann um um það bil þriðjung; þetta ætti að taka 15 mínútur eða svo.

e) Færið fiskinn yfir á pönnuna með rauðvínssósu og hjúpið silunginn með sósunni. Lokið og látið malla við vægan hita í um það bil 5 mínútur, þar til það er vel hitað. Stráið afganginum af oregano og timjani og salti og pipar yfir og færið yfir á framreiðsludisk.
f) Úrbeinað fiskinn og skiptið á diska. Berið fram með sítrónubátunum.

# 66.Reyktur silungur með sinnepssósu

HRÁEFNI:

- 1-2 punda urriðaflök
- 1 matskeið ólífuolía
- 1 meðalstór laukur, gróft saxaður
- ½ lítill tómatur, skorinn í bita
- ½ bolli Gaeta eða kalamata ólífur, grýttar og helmingaðar
- ½ bolli þurrt hvítvín
- ¼ bolli ferskt timjan, smátt saxað
- 2 matskeiðar Dijon sinnep
- 1 tsk ferskt oregano, smátt saxað
- 1 tsk nýmalaður svartur pipar
- Sítrónubátar

LEIÐBEININGAR:

a) Útbúið grill fyrir reykgrill.
b) Leggið flökin á köldu hliðina á reykvélinni. Lokaðu lokinu og reyktu í um 45 mínútur. Snúðu við og haltu áfram að reykja í 45 mínútur lengur, eða þar til holdið er stíft viðkomu.
c) Slökktu á hitanum, settu flökin á efstu hitunarhilluna í grillinu og lokaðu lokinu.
d) Til að búa til sósuna, steikið lauk, tómata og ólífur í olíunni í stórum, afhjúpuðum potti við meðalhita í 4 til 5 mínútur. Hrærið.
e) Bætið víninu, timjaninu, sinnepi, oregano og pipar rólega út í. Hrærið og látið malla, án loks, í 4 til 5 mínútur, eða þar til minnkað um helming.
f) Skiptið silungnum í fjóra hluta; leggið á heita diska og skeið sósu til hliðar. Berið fram með sítrónubátunum.

# 67.Grillaður karfa með blóðappelsínu

**HRÁEFNI:**

- 2 pund karfaflök (4 til 8 flök, fer eftir stærð)
- Safi úr $\frac{1}{2}$ appelsínu (um 4 matskeiðar)
- 1 matskeið hreint hlynsíróp
- $\frac{1}{2}$ tsk sjávarsalt
- Saxaður laukur til skrauts
- Blóðappelsínusalat
- Eldað bulgur eða perlubygg

**LEIÐBEININGAR:**

a) Blandið flökum, appelsínusafa, hlynsírópi og salti saman í ílát. Lokið og kælið í 30 mínútur.

b) Forhitið grill.

c) Fjarlægðu flökin úr ílátinu, þerraðu þau og settu á olíuborið grill. Eldið í 3 til 4 mínútur. Snúið við og eldið 4 mínútur lengur, eða þar til flökin eru orðin stíf viðkomu.

d) Skreytið með lauk. Berið fram strax með Blóðappelsínusalati og bulgur.

# 68. Grillaður Walleye með vínberjum

HRÁEFNI:

- 1½ til 2 punda rjúpnaflök
- 2½ bollar loðinn fax
- ½ bolli frosinn hvítur þrúgusafi
- ½ bolli líkjör með appelsínubragði
- 4 matskeiðar ósaltað smjör
- 1 bolli vínber, skorin í tvennt
- 2 matskeiðar nýmalaður svartur pipar
- Börkur af 1 appelsínu

LEIÐBEININGAR:

a) Penslið grillið og skinnhlið flökanna með olíu. Eldið flökin í 4 til 5 mínútur. Snúðu og eldaðu 3 til 4 mínútur lengur, eða þar til holdið er stíft viðkomu. Færið yfir í hitunarhilluna og haldið heitu.

b) Á meðan, til að búa til sósuna, steikið sveppina í smjörinu í potti þar til sveppirnir eru mjúkir. Bætið vínberjasafanum og líkjörnum saman við. Hækkaðu hitann í meðalháan og eldið í 5 til 6 mínútur, eða þar til vökvinn hefur minnkað um það bil þriðjung.

c) Bætið vínberunum og piparnum og ½ af börknum saman við og hrærið í 1 til 2 mínútur.

d) Skiptið rjúpunni í fjóra hluta. Hellið sósunni á fjóra diska og leggið flökin ofan á.

e) Skreytið með restinni af appelsínuberkinum og berið fram strax.

# 69.Skötuselur í hnetumarinaði

HRÁEFNI:

- 1 dós (14 aura) ósykrað kókosmjólk
- 3 matskeiðar stökkt hnetusmjör
- 3 matskeiðar dökk sojasósa
- $1\frac{1}{2}$ pund skötuselur
- 1 tsk jurtaolía
- 4-5 hvítlauksgeirar, smátt saxaðir
- 2 matskeiðar fínt saxað ferskt engifer
- $\frac{1}{2}$ bolli eplasafi
- 4-6 stórir laukar, smátt saxaðir

LEIÐBEININGAR:

a) Blandið saman kókosmjólk, hnetusmjöri og sojasósu í óvirku íláti. Marinerið hrygginn í blöndunni í 1 til 2 klukkustundir, þakinn, í kæli.

b) Takið hrygginn úr marineringunni, skolið af og setjið til hliðar. Fargið marineringunni.

c) Forhitið grill.

d) Leggið skötuselinn á olíuborið rif. Grillið í 6 til 8 mínútur; Snúið við og grillið í 6 til 8 mínútur lengur, eða þar til lendar eru stífar þegar þrýst er á með fingri.

e) Hitið olíuna yfir meðalhita í stórum potti. Steikið hvítlaukinn og engiferið í 2 til 3 mínútur, eða þar til það er mjúkt. Bætið eplasafi út í, hrærið í 1 mínútu, stráið síðan kálinu yfir. Slökktu á hitanum.

f) Skiptið hryggnum í fjóra hluta. Hellið sósunni yfir hverja og berið fram strax.

- 

## 70. Skötuselur-Persimmon vasar

HRÁEFNI:

- 4 savojakálsblöð , soðin
- 1 tsk sesamolía
- 1 tsk sesamfræ
- 1 lítill jalapeño pipar, smátt saxaður
- 1 meðalstór rauðlaukur skorinn í 16 sneiðar
- 2 ferskar persimmons, hver skorinn í 8 sneiðar
- 1 pund skötuselur
- $\frac{1}{2}$ tsk rifin svört piparkorn
- Klípa af salti

LEIÐBEININGAR:

a) Leggið kálblöð flatt, penslið með helmingnum af sesamolíu og stráið helmingnum af sesamfræjunum og jalapeño yfir.

b) Leggið tvær lauksneiðar og tvær persimmonsneiðar á hvern kálbita þannig að laukurinn sé á móti kálblaðinu.

c) Setjið eitt stykki af fiski á laukinn og persimmonsneiðarnar. Toppið með afganginum af persimmon og lauknum.

d) Penslið með olíunni sem eftir er og stráið restinni af sesamfræjunum og jalapeño yfir allt. Kryddið með piparkornunum og salti.

e) Dragðu yfir hliðarnar á kálblöðunum, eins og fyrir umslag, og festu með tannstöngli. Dragðu yfir endana og festu með öðrum tannstöngli.

f) Settu vasana á grillið, miðju yfir reykpönnu. Eldið í 10 til 12 mínútur. Slökktu einstaka logum með vatni.

g) Snúðu vösunum og eldaðu í 10 mínútur í viðbót.

## 71. Hoisin grillaður hvítfiskur

HRÁEFNI:

- Börkur af 1 sítrónu og safi úr ½ sítrónu
- ¼ bolli lágnatríum sojasósa
- 2 matskeiðar rifin svört piparkorn
- 2 pund hvít fiskflök
- ½ bolli hoisin sósa
- Saxaður graslaukur til skrauts
- Hakkað rauð paprika til skrauts

LEIÐBEININGAR:

a) Þeytið saman sítrónubörkinn og safa, sojasósu og piparkorn í lítilli skál.
b) Hellið marineringunni yfir flökin og kælið í 30 mínútur.
c) Forhitið grill.
d) Fjarlægðu flökin úr marineringunni, tæmdu þau og þurrkaðu þau. Penslið helminginn af hoisinsósunni á báðum hliðum coho með pensli.
e) Setjið flök beint yfir hita og eldið í 4 mínútur. Penslið með afganginum af sósunni og snúið við. Eldið í 4 mínútur í viðbót, eða þar til það er örlítið mjúkt að snerta.
f) Grillið fisk í styttri tíma fyrir sjaldgæfa, lengur fyrir vel steiktan.
g) Skiptið fiskinum á fjóra diska, skreytið með graslauk og rauðri papriku og berið fram strax.

## 72.Grilluð lúða í kókosmjólk

HRÁEFNI:

- 4 lúðusteikur, 1 tommu þykk, um 2 pund
- 1 matskeið jurtaolía
- 4-6 hvítlauksgeirar, smátt saxaðir
- $\frac{1}{4}$ bolli fínt saxað ferskt engifer
- $\frac{1}{4}$ bolli smátt skorin jalapeño paprika
- 1-2 ansjósuflök, saxuð
- $\frac{3}{4}$ bolli kjúklingakraftur
- $\frac{1}{2}$ bolli kókosmjólk, ósykrað
- 1/3 bolli tómatsósa
- $\frac{1}{4}$ bolli dökk sojasósa
- Nýmalaður svartur pipar
- $\frac{1}{2}$ tómatur, skorinn í teninga
- 1 matskeið hreint hlynsíróp
- 2 bollar hrísgrjónanúðlur
- 1 matskeið sesamolía
- 6-8 stórir laukar
- Sítrónubátar

LEIÐBEININGAR:

a) Grillið lúðu á olíuborinni rist í um það bil þrjá fjórðu af þeim tíma sem óskað er eftir, 3 til 4 mínútur á hlið .

b) Hitið olíu í stórum potti eða wok og steikið hvítlauk, engifer, jalapeño papriku og ansjósu við meðalhita í 3 til 4 mínútur.

c) Bætið soðinu, kókosmjólk, tómatsósu, sojasósu og svörtum pipar út í eftir smekk; látið malla við meðalhita í 7 til 8 mínútur, eða þar til minnkað um helming. Bætið hægelduðum tómötum út í og látið malla í 3 til 4 mínútur til viðbótar.

d) Steikið núðlurnar í sesamolíu þar til þær eru heitar. Bætið um þriðjungi af sósunni af pönnunni út í og blandið saman.
e) Leggið heitar grillaðar lúðusteikurnar á pönnuna með sósunni sem eftir er, hellið sósunni yfir steikurnar og snúið henni við.
f) Stráið lauknum yfir lúðuna og berið fram með núðlum og sítrónubátum.

# 73.Sítrónusorbet - gljáður Mahi-Mahi

**HRÁEFNI:**

- 2 bollar frosinn sítrónusorbet
- Safi úr 1 stórri sítrónu (3 til 4 matskeiðar) og börkur af 1 stórri sítrónu (um 1 matskeið)
- 2 pund mahi-mahi flök, 1 tommu þykk
- Saxað ferskt kóríander til skrauts

**LEIÐBEININGAR:**

a) Forhitið grill.

b) Bræðið sorbetið í 4 til 5 mínútur í 4 lítra potti eða stórum potti yfir miðlungs háum hita.

c) Bætið sítrónusafanum og helmingnum af börknum út í, lækkið hitann til að krauma og lækkið um þriðjung, um það bil 8 mínútur.

d) Takið af hellunni og setjið til hliðar til að kólna.

e) Leggið flökin á disk og setjið helminginn af kældu sósunni yfir þau og snúið við að hjúpa þau vel.

f) Færið steikurnar yfir á grillið og eldið í 4 til 5 mínútur. Snúið við, penslið fráteknu sósunni ofan á og eldið 5 mínútur lengur, eða þar til fiskurinn er orðinn stífur viðkomu.

g) Skreytið með afganginum af sítrónuberki og kóríander.

# 74.Tilapia og kaffihúsafylling

**HRÁEFNI:**

- 2 beyglur, skornar í litla bita
- 1 skon, brotin í bita
- 1 croissant, brotinn í bita
- $\frac{1}{4}$ lítill rauðlaukur, gróft saxaður
- 1 meðalstór appelsína, skorin í bita
- 4 stór egg
- Salt og nýmalaður svartur pipar
- 2 pund af tilapia
- 1 sítróna, skorin í fjórða

**LEIÐBEININGAR:**

a) Í skál matvinnsluvélar, púlsaðu beyglubitana, skonbitana, smjördeigsbitana, laukinn, appelsínubitana, eggin og salt og pipar eftir smekk í 10 til 15 sekúndur, eða þar til hráefninu er bara blandað vel saman en ekki maukað. . Þú gætir þurft að gera þetta í tveimur eða þremur lotum. Setjið fyllinguna til hliðar í skál.

b) Leggðu út fjórar aðskildar stykki af filmu. Setjið eitt stykki af tilapia á hvern og setjið $\frac{1}{2}$ tommu þykkt lag af fyllingunni yfir hvert flak (þú notar um það bil $\frac{1}{2}$ bolla hvert). Kreistið sítrónufjórðung yfir hvern þeirra. Þú gætir átt afgang af fyllingu, sem hægt er að frysta til annarra nota.

c) Klípið saman álpappírinn að ofan. Settu álpappírspakkana á grillið við háan hita. Eldið í um það bil 10 mínútur. Þú gætir þurft að athuga hvort fyllingin sé vel hituð; ef ekki, farðu aftur á grillið (og snúðu varlega við) í 4 til 5 mínútur til viðbótar.

d) Taktu af grillinu og leyfðu gestum að opna pakkana og fjarlægja innihaldið sjálfir fyrir hátíðlegri kynningu.

# 75.Karrígrillaður Pompano

HRÁEFNI:

- 1 matskeið ólífuolía
- 1 meðalstór laukur, fínt saxaður (um það bil 1 bolli)
- 4-5 hvítlauksgeirar, smátt saxaðir
- 1 matskeið smátt saxaður galangal (eða engifer)
- ½ bolli létt kókosmjólk
- 2 prik sítrónugras, marin (eða 2 breiðar ræmur af sítrónuberki)
- 1 tsk chili duft (eða heit sósa eftir smekk)
- 1 tsk karrýduft
- 1 tsk malað túrmerik
- ½ tsk malaður kanill
- 1½ pund pompano flök, um það bil 1 tommu þykk
- Safi úr ½ sítrónu (um 1½ matskeið)
- Sítrónubátar

LEIÐBEININGAR:

a) Hitið olíuna á stórri pönnu yfir meðalháum hita. Steikið laukinn, hvítlaukinn og galangal í 3 til 4 mínútur.

b) Bætið við kókosmjólkinni, sítrónugrasinu, chiliduftinu, karrýduftinu, túrmerikinu og kanilnum. Eldið í um það bil 5 mínútur, eða þar til vökvinn hefur minnkað um þriðjung. Dragðu úr hita niður í lágan.

c) Forhitið grill.

d) Leggið flökin á olíuborið grill, dreypið sítrónusafanum yfir og eldið í 4 til 5 mínútur. Snúðu og eldaðu í 4 til 5 mínútur lengur, eða þar til fiskurinn er orðinn stífur viðkomu.

e) Takið flökin af grillinu, hellið volgri sósunni yfir, skiptið í fjóra skammta og berið fram strax með sítrónubátunum.

# 76.Yellowtail reyktur yfir fennel

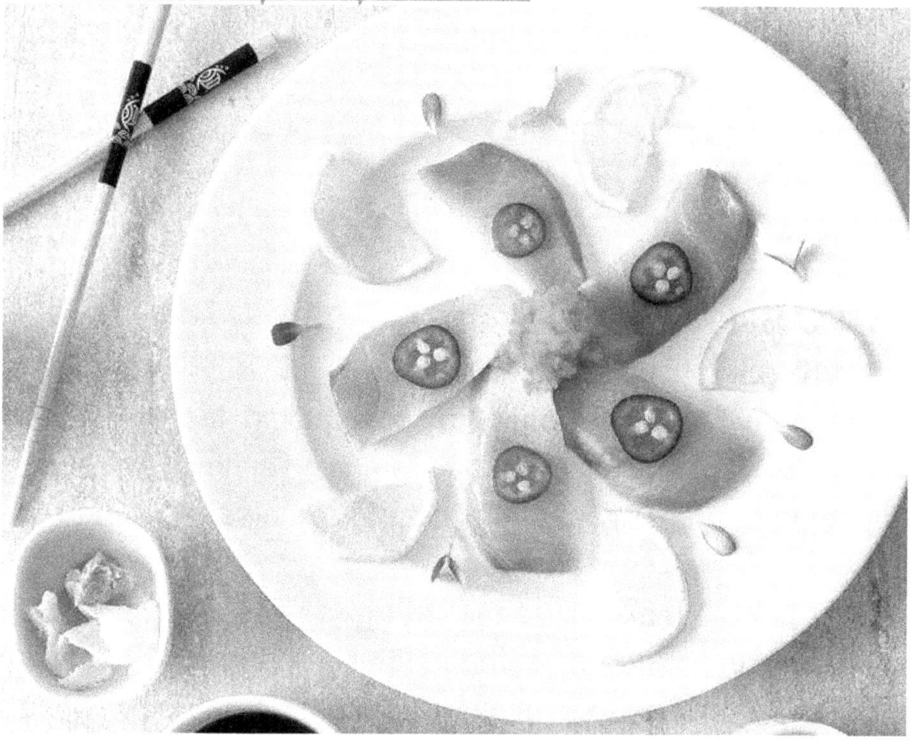

HRÁEFNI:

- ½ stilkur ferskur fennel, skorinn í tvennt eftir endilöngu
- 2 pund gulhalaflök
- Sítrónubátar
- Dill sinnepssósa

LEIÐBEININGAR:

a) Útbúið grill fyrir reykgrill.
b) Settu um það bil 2 bolla af þurrkuðum maískjörnum í miðju reykpönnu eða á 18 tommu ferning af þungri álpappír. Settu fennelinn í miðju maíssins. Lokið og setjið beint yfir hitagjafann.
c) Bíddu þar til maís og fennel byrja að reykja, um það bil 10 mínútur. Leggið gulhalaflökin á köldu hliðinni á grillinu, á olíuboraðar grindur. Lokaðu lokinu og reyktu í 1 til 1½ klukkustund, eða þar til fiskurinn er örlítið gullinn. Lyftu lokinu aðeins öðru hverju til að athuga hvort loga sé. Þurrkaðu með vatni ef þörf krefur.
d) Takið flökin af hellunni, skiptið í fjóra skammta og berið fram á meðan þau eru volg með sítrónubátum og dillsinnepssósu.

## 77.Reyktur Croaker

HRÁEFNI:

- ½ bolli ólífuolía
- Safi úr 1 sítrónu
- 2 matskeiðar smátt saxað oregano
- 2 matskeiðar smátt saxað timjan
- 1 tsk salt
- 1 matskeið nýmalaður svartur pipar
- 2 punda croaker flök
- Papaya Chutney frá Papa

LEIÐBEININGAR:

a) Hrærið saman olíu, sítrónusafa, oregano, timjan, salti og pipar í stórri blöndunarskál.
b) Setjið croakerinn í 1 lítra endurlokanlegan plastpoka eða glerbökunarpönnu. Hellið marineringunni yfir fiskinn og kælið í 1 til 2 klst.
c) Útbúið grill fyrir reykgrill.
d) Fjarlægðu krækjuna úr marineringunni, þurrkaðu hana og settu á köldu hliðina á reykjaranum. Lokaðu lokinu og reyktu í um það bil 1 klst. Halda skal grillhitanum við 200 til 250°F.
e) Fylltu á maís eða viðarflögur ef þarf, snúðu fiskinum og reyktu í 1 til 1½ klukkustund lengur, eða þar til flökin eru gullin. Berið fram heitt með Papa's Papaya Chutney.

# 78.Goujons of Lemon Sole

HRÁEFNI:

- 450 g (1 lb) afhýdd sítrónusólaflök
- 100 g (4oz) ferskt hvítt brauðrasp
- 25 g (1oz) parmesanostur, fínt rifinn
- ½ tsk cayenne pipar
- sólblómaolía, til djúpsteikingar
- 50 g (2oz) venjulegt hveiti
- 3 egg, þeytt
- sítrónubátar, tveir skammtar

LEIÐBEININGAR:

a) Skerið fiskflökin á ská í ræmur um það bil 2½ cm (1 tommu) í þvermál. Blandið brauðmylsnunni saman við rifna parmesan ostinn og cayenne piparinn og setjið svo til hliðar. Hitið smá olíu til djúpsteikingar í 190°C/375°F eða þar til teningur af dagsgömlu brauði verður brúnn á um það bil mínútu. Klæðið ofnplötu með miklu af eldhúspappír.

b) Húðaðu goujonsna nokkra í einu með hveiti, síðan með þeyttu eggi og að lokum í brauðmylsnublöndunni, passaðu að þau taki á sig jafna húð og haldist aðskilin.

c) Setjið smá handfylli af goujons í olíuna og djúpsteikið í um 1 mínútu þar til þær eru stökkar og gullnar. Lyftið út með sleif á pappírsklædda bökunarplötuna til að renna af og endurtakið með fiskinum sem eftir er, passið að olían hafi náð hita fyrst.

d) Hraðaðu goujonunum á fjóra heita diska og skreytið með sítrónubátum. Ef þú vilt, berið fram með blönduðu heilu blaða- eða kryddjurtasalati, einfaldlega klædd með smá extra virgin ólífuolíu og smá kryddi.

## 79.Eggs Benedikt með ýsu

HRÁEFNI:

- 300 ml ($\frac{1}{2}$ pint) mjólk
- 3 lárviðarlauf
- 2 sneiðar laukur
- 6 svört piparkorn
- 4 stykki af reyktu ýsuflaki
- 1 msk hvítvínsedik
- 4 egg
- 2 enskar muffins
- góð hollandaise sósa, tveir skammtar
- tvö skraut
- gróf mulin svört piparkorn
- nokkur niðurskorinn ferskur graslaukur

LEIÐBEININGAR:

a) Hitið mjólkina og 300 ml af vatni að suðu á grunnri pönnu. Bætið lárviðarlaufunum, lauknum, piparkornunum og reyktu ýsubitunum út í, látið sjóða aftur og steikið í 4 mínútur. Lyftið ýsunni út á disk, fletjið hýðið af og haldið heitu.

b) Látið suðuna koma upp um 5 cm (2 tommur) af vatni á meðalstórri pönnu, bætið ediki út í og látið krauma rólega. Brjótið eggin á pönnuna eitt í einu og setjið í 3 mínútur. Skerið muffins í tvennt á meðan og ristið þær þar til þær eru ljósbrúnar. Lyftið steiktu eggjunum upp úr með sleif og látið renna af þeim í stutta stund á eldhúspappír.

c) Til að bera fram, setjið muffinshelmingana á fjóra heita diska og toppið með ýsu og steiktum eggjum. Hellið hollandaisesósunni yfir og skreytið með söxuðum svörtum pipar og söxuðum graslauk.

## 80.Ristað lúðuflök í skorpu

HRÁEFNI:

- $1\frac{1}{2}$ pund Lúðuflök; skera í 4 hluta
- Salt; tveir lyklar
- Nýmalaður svartur pipar; tveir lyklar
- 1 bolli Nýtt hvítt brauð mola
- 1 bolli Steinseljublöð
- 2 hvítlauksrif
- 2 matskeiðar ólífuolía
- 1 bolli Kjúklingasoð
- 1 rauður pipar
- 2 bollar Soðnar linsubaunir

LEIÐBEININGAR:

a) Forhitið yfir 425 gráður. Kryddið lúðu með salti og pipar. Bætið brauðmylsnu, steinselju og hvítlauk í matvinnsluvél og hrærið þar til það hefur blandast vel saman.

b) Setjið fiskinn á steikjandi pönnu og dreypið ofan á og botn með ólífuolíu. Dreifið brauðmylsnu þykkt yfir fiskinn.

c) Steikið fiskinn í 8 til 10 mínútur. Sem fisksteikt, setjið seyði og rauða papriku í pott og látið suðuna koma upp. Dragið úr og látið malla þar til piparinn er mjúkur, um það bil 15 mínútur. Kryddið með salti og pipar. Takið af hellunni og látið kólna í 5 mínútur.

d) Hellið í blandara og maukið rauðpiparsósuna í 3 mínútur þar til hún verður silkimjúk. Fjarlægðu og farðu í gegnum fína sigti.

e) Setjið fiskinn á beði af volgum linsubaunir og dreypið rauðri piparsósu yfir.

# SALAT

# 81.Morgunverðarsalat með hvítum fiski og kryddjurtum

HRÁEFNI:

- 2 hvítfiskflök
- 4 bollar blandað salatgrænmeti
- 1/2 bolli kirsuberjatómatar, helmingaðir
- 1/4 bolli sneiðar agúrkur
- 1/4 bolli sneiðar radísur
- 1/4 bolli saxaðar ferskar kryddjurtir (eins og steinselja, dill og graslaukur)
- 2 matskeiðar sítrónusafi
- 2 matskeiðar ólífuolía
- Salt og pipar eftir smekk

LEIÐBEININGAR:

a) Kryddið hvítfiskflökin með salti og pipar.
b) Hitið ólífuolíu í non-stick pönnu yfir miðlungshita. Eldið fiskflökin þar til þau eru fulleldud, um 3-4 mínútur á hlið. Takið af pönnunni og látið þær kólna aðeins.
c) Flögðu eldaða fiskinn í litla bita.
d) Í stórri salatskál skaltu sameina blönduðu salatgrænu, kirsuberjatómata, sneiðar gúrkur, sneiðar radísur og saxaðar ferskar kryddjurtir.
e) Í lítilli skál, þeytið saman sítrónusafa, ólífuolíu, salti og pipar.
f) Bætið flögnum hvítfiskinum í salatskálina og dreypið dressingunni yfir salatið.
g) Hrærið varlega til að sameina.
h) Berið fram hvítfisk- og kryddjurtasalatið strax.

## 82.Hvítt fiskisalat með sítrónu-dilli dressingu

HRÁEFNI:

- 2 hvítfiskflök, soðin og flöguð
- 4 bollar blandað salatgrænmeti
- 1 agúrka, skorin í sneiðar
- 1/2 rauðlaukur, þunnt sneið
- 1/4 bolli saxað ferskt dill
- Safi úr 1 sítrónu
- 3 matskeiðar ólífuolía
- Salt og pipar eftir smekk

LEIÐBEININGAR:

a) Í stórri salatskál, blandaðu saman flöguðum hvítum fiski, blönduðu salatgrænu, sneiðum agúrku, þunnt sneiðum rauðlauk og hakkað fersku dilli.
b) Í lítilli skál, þeytið saman sítrónusafa, ólífuolíu, salti og pipar til að gera dressinguna.
c) Hellið dressingunni yfir salatið og hrærið varlega saman.
d) Berið hvítfisksalatið fram með sítrónu-dilldressingu kælt.

## 83. Hvít fiskur og mangó salat

**HRÁEFNI:**

- 2 hvítfiskflök, soðin og flöguð
- 4 bollar barnaspínat
- 1 þroskað mangó, afhýtt og skorið í teninga
- 1/4 bolli niðurskorinn rauðlaukur
- 1/4 bolli hakkað ferskt kóríander
- Safi úr 1 lime
- 2 matskeiðar ólífuolía
- Salt og pipar eftir smekk

**LEIÐBEININGAR:**

a) Í stórri salatskál, blandaðu saman hvítum flögum, smáspínati, hægelduðum mangó, sneiðum rauðlauk og hakkað ferskt kóríander.
b) Í lítilli skál, þeytið saman limesafa, ólífuolíu, salti og pipar til að gera dressinguna.
c) Hellið dressingunni yfir salatið og hrærið varlega saman.
d) Berið hvítfiskinn og mangósalatið fram kælt.

## 84.Niçoise hvítfisksalat

HRÁEFNI:

- 2 hvítfiskflök, soðin og flöguð
- 4 bollar blandað salatgrænmeti
- 4 harðsoðin egg, helminguð
- 1 bolli kirsuberjatómatar, helmingaðir
- 1/2 bolli sneiðar agúrkur
- 1/4 bolli sneiðar svartar ólífur
- 2 matskeiðar kapers
- Safi úr 1 sítrónu
- 3 matskeiðar ólífuolía
- Salt og pipar eftir smekk

LEIÐBEININGAR:

a) Í stórri salatskál, blandið saman hvítum flögum, blönduðu salatgrænu, helminguðum harðsoðnum eggjum, kirsuberjatómötum, sneiðum gúrkum, sneiðum svörtum ólífum og kapers.
b) Í lítilli skál, þeytið saman sítrónusafa, ólífuolíu, salti og pipar til að gera dressinguna.
c) Hellið dressingunni yfir salatið og hrærið varlega saman.
d) Berið fram hvíta fiskinn Niçoise salatið kælt.

# 85.Hvítfisk og avókadó salat

HRÁEFNI:

- 2 hvítfiskflök, soðin og flöguð
- 4 bollar rucola
- 1 avókadó, skorið í sneiðar
- 1/4 bolli niðurskorinn rauðlaukur
- 1/4 bolli mulinn fetaostur
- Safi úr 1 sítrónu
- 2 matskeiðar ólífuolía
- Salt og pipar eftir smekk

LEIÐBEININGAR:

a) Í stórri salatskál, blandaðu saman flöguðum hvítfiski, rucola, sneiðum avókadó, sneiðum rauðlauk og muldum fetaosti.
b) Í lítilli skál, þeytið saman sítrónusafa, ólífuolíu, salti og pipar til að gera dressinguna.
c) Hellið dressingunni yfir salatið og hrærið varlega saman.
d) Berið hvítfiskinn og avókadósalatið fram kælt.

# 86. Hvítfisk og kínóasalat

**HRÁEFNI:**

- 2 hvítfiskflök, soðin og flöguð
- 2 bollar soðið kínóa
- 1 bolli niðurskornar agúrkur
- 1/2 bolli rauð paprika í teningum
- 1/4 bolli söxuð fersk steinselja
- 1/4 bolli söxuð fersk mynta
- Safi úr 1 sítrónu
- 3 matskeiðar ólífuolía
- Salt og pipar eftir smekk

**LEIÐBEININGAR:**

a) Í stórri salatskál, blandaðu saman flöguðum hvítum fiski, soðnu kínóa, hægelduðum gúrkum, hægelduðum rauðri papriku, saxaðri ferskri steinselju og saxaðri ferskri myntu.

b) Í lítilli skál, þeytið saman sítrónusafa, ólífuolíu, salti og pipar til að gera dressinguna.

c) Hellið dressingunni yfir salatið og hrærið varlega saman.

d) Berið hvítfiskinn og quinoa salatið fram kælt.

# 87.Salat með hvítum fiski og vatnsmelónu

HRÁEFNI:

- 2 hvítfiskflök, soðin og flöguð
- 4 bollar barnaspínat
- 2 bollar vatnsmelóna í teningi
- 1/4 bolli mulinn fetaostur
- 1/4 bolli söxuð fersk mynta
- Safi úr 1 lime
- 2 matskeiðar ólífuolía
- Salt og pipar eftir smekk

LEIÐBEININGAR:

a) Í stórri salatskál, blandaðu saman flögðum hvítfiski, smáspínati, teningaðri vatnsmelónu, muldum fetaosti og saxaðri ferskri myntu.

b) Í lítilli skál, þeytið saman limesafa, ólífuolíu, salti og pipar til að gera dressinguna.

c) Hellið dressingunni yfir salatið og hrærið varlega saman.

d) Berið hvítfiskinn og vatnsmelónusalatið fram kælt.

# 88.Hvítur fiskur og sítrus salat

**HRÁEFNI:**

- 2 hvítfiskflök, soðin og flöguð
- 4 bollar blandað salatgrænmeti
- Hlutar úr 2 appelsínum
- Hlutar úr 2 greipaldinum
- 1/4 bolli niðurskorinn rauðlaukur
- 1/4 bolli söxuð fersk basilíka
- Safi úr 1 sítrónu
- 3 matskeiðar ólífuolía
- Salt og pipar eftir smekk

**LEIÐBEININGAR:**

a) Í stórri salatskál, blandaðu saman flögðum hvítum fiski, blönduðu salatgrænu, appelsínubitum, greipaldinhluta, sneiðum rauðlauk og hakkað ferskt basil.
b) Í lítilli skál, þeytið saman sítrónusafa, ólífuolíu, salti og pipar til að gera dressinguna.
c) Hellið dressingunni yfir salatið og hrærið varlega saman.
d) Berið hvítfiskinn og sítrussalatið fram kælt.

# SÚPUR

# 89.Fiskistofn

HRÁEFNI:

- 2 matskeiðar jurtaolía
- 2 meðalstórar gulrætur, smátt saxaðar
- 2 sellerístilkar, smátt saxaðir
- 1 stór spænskur laukur, smátt saxaður
- 1 pund sveppir, þunnar sneiðar
- 4-6 hvítlauksrif, söxuð
- 3-5 punda fiskagrind og hausar
- 1 bolli fersk steinselja
- 6 lárviðarlauf
- $\frac{1}{4}$ bolli svört piparkorn
- 5-6 timjangreinar
- 4-5 greinar af oregano
- 4 lítrar af vatni
- 1 bolli þurrt hvítvín

LEIÐBEININGAR:

a) Hitið olíuna í potti við meðalháan hita. Bætið við gulrótum, sellerí, lauk, sveppum og hvítlauk. Eldið, hrærið í 8 til 10 mínútur.

b) Á meðan skaltu hrúga fiskhlutunum á eitt stykki af ostaklútnum og binda með bandi. Setjið steinselju, lárviðarlauf, piparkorn, timjan og oregano á hitt ostaklútið. Bindið með bandi.

c) Bætið vatni, víni og ostaklútspökkunum í pottinn. Látið suðuna koma upp, lækkið hitann í meðalhita og látið malla á lágri rúllu, án loks, í 45 mínútur.

d) Fjarlægðu ostaklútapakkana úr vökvanum, kreistu þau þurr og fargaðu. Sigtið afganginn í gegnum sigti og látið kólna í um 45 mínútur.

## 90. John Dory Chowder

HRÁEFNI:

- 500 g (1 lb) kræklingur, hreinsaður
- 150ml ($\frac{1}{4}$ pint) Cornish eplasafi
- 25 g (1oz) smjör
- 100 g stykki af skorpulausu reyktu röndóttu beikoni
- 1 lítill laukur, smátt saxaður
- 20g ($\frac{3}{4}$oz) venjulegt hveiti
- 1 lítri (1$\frac{3}{4}$ pints) fullrjómamjólk
- 2 kartöflur
- 1 lárviðarlauf
- 225 g (8oz) John Dory flök
- 120ml tvöfaldur rjómi
- klípa af cayenne pipar
- salt og nýmalaður hvítur pipar
- 2 msk nýsöxuð steinselja

LEIÐBEININGAR:

a) Settu hreinsaða kræklinginn og eplasafi á meðalstóra pönnu við háan hita. Lokið og eldið í 2-3 mínútur eða þar til þær hafa nýlega opnast, hristið pönnuna af og til.

b) Bræðið smjörið á annarri pönnu, bætið beikoninu út í og steikið þar til það er létt gullið. Bætið lauknum út í og eldið varlega í 5 mínútur eða þar til laukurinn hefur mýkst.

c) Hrærið hveitinu út í og eldið í 1 mínútu. Hrærið mjólkinni smátt og smátt út í og bætið svo öllu við nema síðustu matskeiðunum eða tveimur af kræklingaeldavíninu . Bætið við kartöflunum og lárviðarlaufinu og 1 teskeið af salti og látið malla .

d) Fjarlægðu lárviðarlaufið, bætið bitunum af John Dory út í og látið malla í 2-3 mínútur eða þar til fiskurinn er rétt eldaður. Hrærið tvöfalda rjómann saman við .
e) Takið af hellunni og hrærið kræklingnum saman við .

# 91. Smoked Shad með Gazpacho

**HRÁEFNI:**

- Safi úr 1 sítrónu
- 2 pund beinlaus shad flök
- 2 matskeiðar rifin svört piparkorn
- 1 matskeið sjávarsalt
- 1 dós (14½ aura) soðnir tómatar
- 1 matskeið ólífuolía
- 2 tsk eplasafi edik
- ½ tsk malað kóríander
- ½ tsk malað kúmen
- ½ tsk heit sósa, auk auka ef vill
- ½ tsk þurrkað oregano
- 1 ensk agúrka
- 1 lítil græn paprika, gróft skorin
- 1 lítill sætur hvítur laukur, gróft saxaður
- 8 hvítlauksrif, söxuð
- 1 meðalstór tómatur, gróft saxaður

**LEIÐBEININGAR:**

a) Dreypið 1½ msk af sítrónusafanum yfir shadflökin og kryddið með 1 tsk af piparkornunum og ½ tsk af salti.

b) Reykið á köldum hliðinni á grillinu í 1½ klukkustund, eða þar til flökin hafa fengið á sig gylltan blæ en haldast mjúk. Fjarlægðu og kældu í að minnsta kosti 12 klukkustundir.

c) Til að búa til gazpacho skaltu blanda afganginum af sítrónusafanum, piparkornunum og salti og soðnu tómötunum, olíunni, ediki, kóríander, kúmeni, heitri sósu og oregano í skál matvinnsluvélarinnar fjórum eða fimm sinnum.

d) Bætið við helmingnum af gúrkunni, helmingnum af paprikunni, helmingnum af lauknum og helmingnum af hvítlauknum. Púlsaðu fimm eða sex sinnum og færðu síðan yfir í stóra skál.
e) Bætið tómötunum og afganginum af saxuðu grænmetinu út í og hrærið vel. Lokið og setjið í ísskáp í að minnsta kosti 12 klst.

# 92.Klassísk fiskisúpa með Rouille

HRÁEFNI:

- 900 g (2lb) blandaður fiskur
- 85ml (3fl oz) ólífuolía
- 75 g (3oz) hver laukur, sellerí, blaðlaukur og fennel
- 3 hvítlauksrif, skorin í sneiðar
- safi úr ½ appelsínu- og appelsínubörki
- 200 g (7oz) niðursoðnir niðursoðnir tómatar
- 1 lítil rauð paprika, fræhreinsuð og skorin í sneiðar
- 1 lárviðarlauf
- kvistur af timjan
- klípa af saffran þráðum
- 100 g (4oz) óafhýddar, soðnar rækjur
- klípa af cayenne pipar
- 1,2 lítrar (2 pints) af góðum fiskistofni
- 25g (1oz) parmesan, fínt rifinn, til að bera fram

LEIÐBEININGAR:

a) Hitið ólífuolíuna á stórri pönnu, bætið grænmetinu og hvítlauknum út í og steikið varlega í 20 mínútur eða þar til hún er mjúk en ekki lituð.

b) Bætið appelsínubörknum, tómötum, rauðum pipar, lárviðarlaufi, timjani, saffran, rækjum, cayennepipar og fiskflökum saman við. Bætið fiskikraftinum og appelsínusafanum út í, látið suðuna koma upp og látið malla í 40 mínútur.

c) Vökvaðu súpuna og farðu í gegnum sigti á hreina pönnu, þrýstu út eins miklum vökva og hægt er með bakinu á sleif. Setjið súpuna aftur á hita og smakkið til með cayenne, salti og pipar.

d) Hellið súpunni í heita terníu og setjið brauðteningana, parmesanostinn og rúlluna í sitthvora rétti.

e) Til að búa til brauðteningur, skerið 1 baguette í þunnar sneiðar og steikið síðan sneiðarnar í ólífuolíu þar til þær eru stökkar og gullnar. Tæmið á eldhúspappír og nuddið síðan hvítlauksrif yfir aðra hlið hvers stykkis.

## 93.Þorsksúpa með appelsínu

**HRÁEFNI:**

- 1 pund þorskflök, skorin í hæfilega stóra bita
- 1 laukur, saxaður
- 2 hvítlauksrif, söxuð
- 2 gulrætur, skornar í teninga
- 2 sellerístilkar, skornir í teninga
- 4 bollar grænmetis- eða fisksoð
- Safi og börkur af 1 appelsínu
- 1 lárviðarlauf
- 1 tsk þurrkað timjan
- 1/2 tsk paprika
- Salt og pipar eftir smekk
- Fersk steinselja, söxuð (til skrauts)

**LEIÐBEININGAR:**

a) Hitið smá olíu í stórum potti yfir meðalhita. Bætið lauknum og hvítlauknum út í og steikið þar til laukurinn verður hálfgagnsær.

b) Bætið gulrótunum og selleríinu í pottinn og eldið í nokkrar mínútur í viðbót þar til grænmetið fer að mýkjast.

c) Hellið grænmetis- eða fisksoði, appelsínusafa og appelsínuberki út í. Bætið við lárviðarlaufinu, þurrkuðu timjaninu, paprikunni, salti og pipar. Hrærið vel til að blanda saman.

d) Látið suðuna koma upp, lækkið hitann og látið malla í um það bil 15 mínútur, eða þar til grænmetið er meyrt.

e) Bætið þorskbitunum út í pottinn og eldið í 5-7 mínútur til viðbótar, eða þar til þorskurinn er eldaður í gegn og flagnar auðveldlega.

f) Fjarlægðu lárviðarlaufið úr súpunni. Smakkið til og stillið kryddið ef þarf.
g) Hellið súpunni í skálar, skreytið með ferskri steinselju og berið fram heita.

# EFTIRLITUR

## 94. Brasilískar þorskkökur

**HRÁEFNI:**

- 10 aura saltþorskur; þykkt sneið
- 8 aura hveitikartöflur
- Smjör
- Mjólk
- 3 matskeiðar (hrúgaðar) steinselja
- 1 matskeið (hrúguð) mynta; smátt saxað
- Nýmalaður svartur pipar
- 3 egg; aðskilin
- 1 matskeið Portúr
- Olía til djúpsteikingar

**LEIÐBEININGAR:**

a) Tæmdu þorskinn og skolaðu hann vel undir köldu rennandi vatni.

b) Setjið fersku vatni yfir í potti, látið suðuna koma upp og látið malla í 20 mínútur eða þar til þorskurinn er orðinn mjúkur. Á meðan þorskurinn mallar, eldið kartöflurnar í hýðinu, flysjið þær síðan og stappið með smjöri og mjólk. Þegar þorskurinn er tilbúinn, tæmdu hann vel og fjarlægðu roðið og beinin.

c) Rífið þorskinn í sundur með nokkrum gafflum. Bætið rjómakartöflunum, steinseljunni, myntu, pipar og eggjarauðu saman við og púrtvíninu. Blandið vandlega saman.

d) Þeytið eggjahvíturnar þar til þær eru stífar og blandið síðan saman við þorskblönduna.

e) Taktu klump af blöndunni, á stærð við lítið egg, og mótaðu það í hendinni til að mynda tundurskeyti.

f) Djúpsteikt í 375 gráðu olíu þar til það er stökkt og brúnt út um allt. Tæmið á pappírshandklæði og berið fram heitt.

# 95.Japanskar fiskikökur með engifer

HRÁEFNI:

- 3 regnbogasilungar, flakaðir
- 4 cm ($1\frac{1}{2}$ tommu) stykki af ferskum engiferrót
- 3 feitir vorlaukar, smátt saxaðir
- 4 kastaníusveppir, smátt saxaðir
- smá olíu, til steikingar
- fyrir salatið
- 100 g (4oz) raketta
- 2 tsk dökk sojasósa
- 1 tsk ristuð sesamolía
- 1 tsk kalt vatn
- klípa af flórsykri

LEIÐBEININGAR:

a) Fletið silungsflökin úr húðinni og beinbeitið þeim síðan og skerið þau síðan langsum í langar, þunnar ræmur.

b) Hnoðið nú þessum ræmum saman og skerið þær þvert yfir í mjög litla bita - ekki má vinna fiskinn í mjög fínt deig, en það má heldur ekki vera of gróft, annars heldur það ekki saman.

c) Setjið fiskinn í blöndunarskál með engifer, vorlauk, sveppum og smá salti og pipar.

d) Blandið vel saman og skiptið svo blöndunni í átta og mótið með örlítið blautum höndum í kökur um það bil $7\frac{1}{2}$ cm (3 tommu) í þvermál.

e) Hitið létt smurða steikarpönnu við meðalhita.

f) Bætið fiskibollunum út í og steikið í um $1\frac{1}{2}$ mínútu á hvorri hlið þar til þær eru gullinbrúnar og gegnsteiktar.

g) Sett á heita diska og hrúgað hluta af rakettan við hliðina.

h) Þeytið restinni af salathráefnunum saman til að búa til dressingu og dreypið smá yfir rokettan og aðeins um ytri brún diskanna.

# 96.Lúða með bláberjasamstæðu

**HRÁEFNI:**

- 2 lúðuflök
- 1 bolli fersk eða frosin bláber
- 2 matskeiðar hunang
- 1 matskeið sítrónusafi
- Börkur af 1 sítrónu
- 1/4 tsk vanilluþykkni

**LEIÐBEININGAR:**

a) Forhitaðu ofninn þinn í 400°F (200°C).

b) Blandið saman bláberjum, hunangi, sítrónusafa, sítrónubörk og vanilluþykkni í litlum potti.

c) Eldið við vægan hita, hrærið af og til, þar til bláberin brotna niður og mynda kompottlíka samkvæmni.

d) Setjið lúðuflökin á bökunarplötu klædda bökunarpappír.

e) Hellið bláberjakompottinum yfir lúðuflökin og hyljið þau jafnt.

f) Bakið í forhituðum ofni í um 12-15 mínútur, eða þar til fiskurinn er eldaður í gegn og flagnar auðveldlega með gaffli.

g) Takið úr ofninum og látið kólna aðeins áður en þær eru bornar fram.

h) Berið lúðuna fram með bláberjakompotti sem óvæntan og bragðmikinn sjávarréttaeftirrétt.

# 97.Cape Cod trönuberjabaka

**HRÁEFNI:**

- 2 bollar fersk eða frosin trönuber
- 1 1/2 bollar kornsykur
- 1/2 bolli saxaðar valhnetur eða pekanhnetur
- 1 bolli alhliða hveiti
- 1/2 bolli ósaltað smjör, brætt
- 2 stór egg
- 1 tsk vanilluþykkni
- Klípa af salti
- Þeyttur rjómi eða vanilluís (valfrjálst, til að bera fram)

**LEIÐBEININGAR:**

a) Forhitaðu ofninn þinn í 350°F (175°C). Smyrjið 9 tommu bökuform.
b) Blandið saman trönuberjum, sykri og söxuðum hnetum í stórri skál. Dreifið blöndunni jafnt í smurða bökuformið.
c) Í annarri skál, blandið saman hveiti, bræddu smjöri, eggjum, vanilluþykkni og salti þar til það hefur blandast vel saman. Hellið þessu deigi yfir trönuberjablönduna og dreifið henni jafnt.
d) Bakið í um 40-45 mínútur, eða þar til toppurinn verður gullinbrúnn og tannstöngull sem stungið er í miðjuna kemur hreinn út.
e) Takið úr ofninum og leyfið bökunni að kólna í nokkrar mínútur. Berið fram heitt eða við stofuhita, mögulega toppað með þeyttum rjóma eða vanilluís.

## 98.Cape Cod Cranberry Scones

HRÁEFNI:

- 2 bollar alhliða hveiti
- 1/4 bolli kornsykur
- 1 matskeið lyftiduft
- 1/2 tsk salt
- 1/2 bolli ósaltað smjör, kalt og skorið í litla bita
- 1/2 bolli fersk eða frosin trönuber, grófsöxuð
- 2/3 bolli súrmjólk
- 1 tsk vanilluþykkni
- Börkur af 1 appelsínu
- 1 matskeið appelsínusafi
- 1 msk þungur rjómi (til að bursta)
- Viðbótarsykur (til að strá)

LEIÐBEININGAR:

a) Forhitaðu ofninn þinn í 425°F (220°C). Klæðið bökunarplötu með bökunarpappír.

b) Hrærið saman hveiti, sykri, lyftidufti og salti í stórri skál. Skerið kalt smjörið í með því að nota sætabrauðsskera eða fingurgómana þar til blandan líkist grófum mola.

c) Bætið söxuðum trönuberjum út í hveitiblönduna og blandið til að hjúpa.

d) Blandið saman súrmjólkinni, vanilluþykkni, appelsínubörk og appelsínusafa í sérstakri skál. Hellið þessari blöndu í þurrefnin og hrærið þar til hún hefur blandast saman.

e) Snúið deiginu út á létt hveitistráð yfirborð og hnoðið það varlega nokkrum sinnum til að ná því saman. Klappaðu deigið í hring um það bil 3/4 tommu þykkt.

f) Skerið deigið í 8 báta og flytjið þá yfir á tilbúna bökunarplötu, skiptið þeim aðeins í sundur. Penslið toppana á skonsunum með þungum rjóma og stráið sykri yfir.

g) Bakið í 12-15 mínútur, eða þar til skonsurnar eru orðnar gullinbrúnar. Takið úr ofninum og látið kólna á grind áður en þær eru bornar fram.

# 99. Cape Cod Cranberry Velvet Pie

HRÁEFNI:

- 1 forbökuð 9 tommu bökuskorpa
- 2 bollar fersk eða frosin trönuber
- 1 bolli kornsykur
- 1/4 bolli vatn
- 2 matskeiðar maíssterkju
- 1/4 bolli appelsínusafi
- 1/4 bolli þungur rjómi
- 1/2 tsk vanilluþykkni
- Þeyttur rjómi eða vanilluís (valfrjálst, til að bera fram)

LEIÐBEININGAR:

a) Blandið saman trönuberjum, sykri og vatni í meðalstórum potti. Eldið við meðalhita þar til trönuberin springa og sleppa safa þeirra, um það bil 10 mínútur.

b) Í lítilli skál, þeytið saman maíssterkju og appelsínusafa þar til það er slétt. Bætið þessari blöndu í pottinn og hrærið vel. Eldið í 2-3 mínútur til viðbótar, eða þar til blandan þykknar.

c) Takið pottinn af hellunni og látið trönuberjafyllinguna kólna niður í stofuhita.

d) Þeytið þungan rjómann og vanilluþykkni í sérstakri skál þar til mjúkir toppar myndast. Blandið kældu trönuberjafyllingunni varlega saman við þeytta rjómann þar til hún hefur blandast vel saman.

e) Hellið trönuberjaflauelsblöndunni í forbökuðu bökuskorpuna og dreifið henni jafnt yfir. Geymið í kæli í að minnsta kosti 2 klukkustundir, eða þar til það er stíft.

f) Berið fram kælt, mögulega toppað með þeyttum rjóma eða vanilluís.

## 100.Code Cobbler

HRÁEFNI:

- 1 1/2 pund þorskflök, skorin í bita
- 1 laukur, skorinn í bita
- 2 gulrætur, skornar í teninga
- 2 sellerístilkar, skornir í teninga
- 2 hvítlauksrif, söxuð
- 1 bolli frosnar baunir
- 1 bolli kjúklinga- eða grænmetissoð
- 1/2 bolli þungur rjómi
- 2 matskeiðar alhliða hveiti
- 2 matskeiðar smjör
- 1 msk söxuð fersk steinselja
- 1 tsk saxað ferskt timjan
- Salt og pipar eftir smekk
- Kexálegg (keypt eða heimabakað)

LEIÐBEININGAR:

a) Forhitaðu ofninn þinn í 375°F (190°C). Smyrjið eldfast mót.
b) Bræðið smjörið við meðalhita í stórri pönnu. Bætið við lauknum, gulrótunum, selleríinu og hvítlauknum. Eldið þar til grænmetið hefur mýkst, um það bil 5 mínútur.
c) Stráið hveitinu yfir grænmetið og hrærið til að hjúpa. Eldið í eina mínútu til viðbótar.
d) Hellið kjúklinga- eða grænmetissoðinu smám saman út í og hrærið stöðugt í. Látið suðuna koma upp og eldið þar til sósan þykknar.
e) Hrærið þungum rjóma, ertum, steinselju, timjan, salti og pipar saman við. Bætið þorskbitunum á pönnuna og hrærið varlega saman.

f) Færið þorskblönduna yfir í smurt eldfast mót. Toppið með kexdeigi, þekur allt yfirborðið.
g) Bakið í um 25-30 mínútur, eða þar til kexáleggið er gullinbrúnt og þorskurinn eldaður í gegn.
h) Takið úr ofninum og látið kólna í nokkrar mínútur áður en það er borið fram.

## NIÐURSTAÐA

Þegar við komum að endalokum þessarar matreiðsluferðar vonum við að "The White Fish Chronicles" hafi veitt þér innblástur til að tileinka þér viðkvæma bragðið og fjölhæfni hvítfisksins í þínu eigin eldhúsi. Hvítur fiskur býður upp á heim af matreiðslumöguleikum og við hvetjum þig til að halda áfram að kanna og gera tilraunir með þetta merka hráefni.

Með uppskriftunum og aðferðunum sem deilt er í þessari matreiðslubók vonum við að þú hafir öðlast sjálfstraust og innblástur til að búa til eftirminnilega rétti sem undirstrika náttúrufegurð hvítfisks. Hvort sem þú ert að gæða þér á einföldu pönnusteiktu flaki eða búa til flókið sjávarfangsmeistaraverk, þá gæti hvítfisksmíðin þín fært þér gleði og ánægju á borðstofuborðið þitt.

Svo, þegar þú leggur af stað í þín eigin hvítfiskævintýri, láttu "The White Fish Chronicles" vera traustan félaga þinn, veita þér dýrindis uppskriftir, gagnlegar ábendingar og tilfinningu fyrir matreiðslukönnun. Faðmaðu viðkvæma bragðið, fjölhæfni og einfaldleika hvítfisks og láttu hvern rétt sem þú býrð til verða hátíð þessa merka hráefnis.

Megi eldhúsið þitt fyllast af ilm af ferskum sjávarfangi, suðinu á pönnunni og gleðinni að elda með hvítum fiski sem gleður góminn og nærir líkamann. Gleðilega eldamennsku og megi sköpunarverkin þín með hvítfisk flytja þig að ströndum frábærrar matreiðslu!

www.ingramcontent.com/pod-product-compliance
Lightning Source LLC
LaVergne TN
LVHW011008061026
849535LV00006B/1776